സമർപ്പണം

പൊന്നുമക്കൾ
നിമയ്ക്കും നിയയ്ക്കും

INSIGHT PUBLICA®
Nadakkavu, Kozhikode, Kerala, 673011
www.insightpublica.com
e-mail: insightpublica@gmail.com
Kadalinu Oru Choonda
K.V. Sudhakaran
(Malayalam-Poem)
First Edition: December 2019

ISBN 978-93-89155-77-8

കടലിന് ഒരു ചൂണ്ട

കെ.വി. സുധാകരൻ

INSIGHT PUBLICA

1975 നവംബർ അഞ്ചിന് കണ്ണൂർജില്ലയിലെ തിമിരി- എളയാട് എന്ന ഗ്രാമത്തിൽ ജനിച്ചു. പിതാവ് കുഞ്ഞിരാമൻ, മാതാവ് ഓമന കെ. വി. പയ്യന്നൂർ കോളേജിലും കാലിക്കറ്റ് യൂണിവേഴ്സിറ്റിയിലുമായിരുന്നു പഠനം. 1996 ൽ കാലിക്കറ്റ് സർവ്വകലാശാല ഇന്റർസോൺ കലോൽസവത്തിൽ മലയാളം കവിതാരചനയിൽ ഒന്നാമതെത്തി. 1997ൽ ഭാഷാപോഷിണി സാഹിത്യ പ്രതിഭാപുരസ്കാരം, 2000ൽ മാതൃഭൂമി ആഴ്ചപ്പതിപ്പ് നടത്തിയ കലാലയ കഥാമൽസരത്തിൽ രണ്ടാം സ്ഥാനം. 2000 ൽ മസ്ക്കറ്റ് ഇന്ത്യൻ സോഷ്യൽ ക്ലബ്ബ് അവാർഡ്, 2013 ൽ മെട്രോ മനോരമ കഥാപുരസ്കാരം എന്നിവ ലഭിച്ചിട്ടുണ്ട്. മാതൃഭൂമി കാസർഗോഡ് ബ്യൂറോയിൽ ആറ് വർഷം ലേഖകനായിരുന്നു. എന്റോ സൽഫാൻ വിരുദ്ധ പ്രവർത്തനത്തിൽ ഫോട്ടോഗ്രാഫർ മധുരാജിനൊപ്പം ശ്രദ്ധേയ റിപ്പോർട്ടുകൾ തയ്യാറാക്കിയിട്ടുണ്ട്. ഗവൺമെന്റ് ബ്രണ്ണൻ കോളേജിൽ അധ്യാപകനായിരിക്കേ 2017 ആഗസ്റ്റ് 15 ന് അന്തരിച്ചു. ഭാര്യ:ഷിൽന.പി.വി, മക്കൾ: നിമമിത്ര സുധാകരൻ, നിയമാൻവിസുധാകരൻ.

കെ.വി. സുധാകരൻ

ഉള്ളടക്കം

സാന്നിധ്യത്തേക്കാൾ സാന്നിധ്യം

ഷിൽന സുധാകരൻ

മാഷുമായുള്ള ചങ്ങാത്തം തുടങ്ങുന്നത് 1995 ൽ ഞാൻ എട്ടാം തരത്തിൽ പഠിക്കുമ്പോഴാണ്. അവിചാരിതമായി വായിക്കാനിടയായ ഒരു കവിതയിൽ കമ്പം തോന്നി കവിക്ക് ഒരു നാലുവരി എഴുതി പോസ്റ്റ് ചെയ്തു. കവിയുടെ പേരും കോഴ്സിന്റെ പേരും എഴുതി പയ്യന്നൂർ കോളേജിലേക്കയച്ച ആ കവർ കൃത്യസ്ഥാനത്ത് എത്തുകയും ഒരാഴ്ച്ചക്കകം മറുപടി ലഭിക്കുകയും ചെയ്തു. ആ സൗഹൃദം യാതൊരു കളങ്കവുമില്ലാതെ 2006 വരെ തുടരുകയും അതേവർഷം ഏപ്രിലിൽ ഞങ്ങൾ വിവാഹിതരാവുകയും ചെയ്തു. അന്നദ്ദേഹം മാതൃഭൂമി കാസർഗോഡ് ബ്യൂറോയിൽ ജോലിചെയ്യുകയാണ്. അതൊരു സ്ഥിരം ജോലിയായിരുന്നില്ല. മാഷുടെ ജീവിതത്തിലേക്ക് ഞാൻ കടന്നു വരുമ്പോൾ അദ്ദേഹം ഏറെക്കുറെ എഴുത്ത് നിർത്തിയിരുന്നു. പത്രപ്രവർത്തകന്റെ ജോലി മാഷ് ഇഷ്ടപ്പെട്ടിരുന്നുവെങ്കിലും കെ. വി. സുധാകരൻ എന്ന പ്രതിഭ ആ പത്രപ്രവർത്തന തിരക്കിൽ മുങ്ങിപ്പോയി. ഭാര്യ എന്ന നിലയിൽ അദ്ദേഹത്തിന് എഴുതുവാനുള്ള പ്രചോദനം എങ്ങനെയാണ് കൊടുക്കേണ്ടതെന്ന കാര്യത്തിൽ ഞാനെപ്പോഴും ആശങ്കപ്പെട്ടു. പിന്നീട് 2007 ൽ മാതൃഭൂമിയിലെ സേവനം എന്നന്നേക്കുമായി മതിയാക്കിക്കൊണ്ട് മാഷ് ഹയർ സെക്കണ്ടറി അധ്യാപകനായി ജോലിയിൽ പ്രവേശിച്ചു. കൂടെ പഠിച്ചവരെല്ലാം കോളേജ് അധ്യാപകരായി നിയമിക്കപ്പെട്ടെങ്കിലും കുറച്ചധികം കാത്തിരുന്ന ശേഷമാണ് അദ്ദേഹത്തിന് കോളേജിൽ നിയമനം ലഭിക്കുന്നത്. ആ കാലങ്ങളിലാണ് പിന്നീട് എഴുത്തിലേക്ക് തിരിച്ചു വരുന്നത്. കവിതയിൽ നിന്നും കഥയിലേക്കുള്ള കൂടുമാറ്റത്തിന്റെ ആദ്യപടിയായിരുന്നു മാതൃഭൂമി കഥാപുരസ്കാരത്തിൽ രണ്ടാമതെത്തിയ ജാനറ്റ് തബലയിലലിഞ്ഞ് എന്ന കഥ.

കോഴിക്കോട് യൂണിവേഴ്സിറ്റി കാമ്പസിൽ എം. എയ്ക്ക് പഠിക്കുമ്പോഴാണ് ആ കഥയെഴുതുന്നത്. വളരെയധികം വായിക്കപ്പെടുകയും ചർച്ചചെയ്യപ്പെടുകയും ചെയ്ത ഒരു കഥയായിരുന്നു അത്. ഇന്നും അദ്ദേഹത്തെ ആളുകൾ ഓർത്തിരുന്നത് ജാനറ്റിന്റെ സ്രഷ്ടാവ് എന്ന നിലയിലാണ്.

മാതൃഭൂമി കാസർഗോഡ് ബ്യൂറോയിൽ ജോലിചെയ്യുന്ന സമയത്ത് കെ. എം. അഹമ്മദ് മാഷിന്റെ ഉടമസ്ഥതയിലുള്ള ഉത്തരദേശം എന്ന പത്രത്തിലേക്ക് പ്രതിജനഭിന്നവിചിത്രമാർഗ്ഗം എന്ന മറ്റൊരു നോവലെറ്റ് എഴുതുകയുണ്ടായി. അപ്പോഴേക്കും കഥയാണ് തട്ടകം എന്ന് മാഷ് തിരിച്ചറിഞ്ഞിരുന്നു. പിന്നീട് സ്വന്തം നാടായ എളയാടിനെക്കുറിച്ച് എളയാട്ടെ മാജിക്ക് പാലം എന്ന മറ്റൊരു കഥകൂടി എഴുതുകയുണ്ടായി. 2006ൽ ഏപ്രിൽ 23 ന് ഞങ്ങളുടെ വിവാഹം കഴിഞ്ഞ് ആദ്യദിവസം ഞാനും മാഷും ഒരുമിച്ചിരുന്ന് സമ്മാനപ്പൊതികളും ആശംസാക്കുറിപ്പുകളും തുറന്നു നോക്കിയത്. അവിടെ വെച്ചാണ് കെ. എം. അഹമ്മദ് എന്ന പേര് ഞാനാദ്യമായി കേൾക്കുന്നത്. ഉത്തരദേശം എന്ന് അച്ചടിച്ച ഒരു കവറിനു മുകളിലായി കെ. എം. അഹമ്മദ് എന്ന് വലിയ അക്ഷരത്തിൽ എഴുതിയിട്ടുണ്ടായിരുന്നു. ശ്രദ്ധയോടെ ആ കവർ തുറന്നു നോക്കിയപ്പോൾ അതിൽ ആയിരത്തിന്റെ പത്ത് പുതുപുത്തൻ നോട്ടുകളാണുണ്ടായിരുന്നത്. നിറഞ്ഞ കണ്ണുകളോടെ മാഷ് ആ കവറിൽ ഉമ്മവെച്ചു.

ഒരാഴ്ച്ച കഴിഞ്ഞ് മാധ്യമസുഹൃത്തുക്കൾ കാസർഗോഡ് ഒരുക്കിയ വിരുന്നിൽ പങ്കെടുക്കാൻ പോയ സമയത്താണ് ആദ്യമായി അഹമ്മദ് മാഷെ കാണുന്നത്. കാസർഗോഡ് ഗവൺമെന്റ് ഗസ്റ്റ്ഹൗസിൽ വെച്ചായിരുന്നു അത്. അഹമ്മദ് മാഷെ കാണുമ്പോൾ തന്നെ കാൽ തൊട്ട് വന്ദിക്കണമെന്ന് മാഷ് എന്നോട് ആദ്യമേ ശട്ടം കെട്ടിയിരുന്നു. എന്റെ പ്രവൃത്തിയിൽ വിശ്വാസം വരാത്ത അഹമ്മദ് മാഷ് അപ്പോൾ എന്നോട് ചോദിച്ചു ഈ വേല ഇവന്റെ തലയിൽ ഉദിച്ചതല്ലേ എന്ന്. പിരിയുംനേരം എന്റെ കൈകൾ കൂട്ടിപ്പിടിച്ച് അദ്ദേഹം പറഞ്ഞു: അലസനായ ഈ പ്രതിഭയെ ഞാൻ നിന്നെ ഏൽപ്പിക്കുന്നു. വെള്ളമൊഴിച്ച് വളർത്തേണ്ടത് നീയാണ്. ആ സ്നേഹവായ്പ്പ കണ്ടപ്പോൾത്തന്നെ മാഷുടെ കണ്ണുനിറയാനുണ്ടായ കാരണം എനിക്കു മനസ്സിലായി. അഹമ്മദ് മാഷെയോർമ്മിക്കാതെ മാഷ് പിന്നീട് ഒരു കഥയും എഴുതി പൂർത്തിയാക്കിയിട്ടില്ല. ഉത്തരദേശത്തിന്റെ പേര് പ്രിന്റ് ചെയ്ത ആ കവർ അന്നും ഇന്നും ആ എഴുത്തുമേശയുടെ വലിപ്പിലുണ്ട്. മാഷുടെ അസാന്നിധ്യത്തിൽ കണ്ണ് നിറയുമ്പോഴെല്ലാം ഞാൻ അഹമ്മദ് മാഷെയോർമ്മിക്കും. എന്നെയേൽപ്പിച്ച ആ

പ്രതിഭയെ തിരിച്ചേൽപ്പിച്ചിരിക്കുന്ന മാഷേ എന്ന് മനസ്സിൽ പറയും. ഏറ്റവും സ്നേഹിച്ചിരുന്ന, ബഹുമാനിച്ചിരുന്ന അഹമ്മദ് മാഷ് എന്ന ഗുരുവിനടുത്തേക്കാണല്ലോ എന്റെ മാഷും പോയത് എന്നോർത്ത് സമാധാനിക്കും.പത്രപ്രവർത്തനത്തിൽ നിന്നുമാറി കോളേജ് അധ്യാപകവൃത്തിയിൽ ചേർന്ന ശേഷമാണ് പിന്നീട് കാര്യമായ എഴുത്ത് തുടങ്ങിയത്. ആ സമയത്തെഴുതിയ ബൂർഷ്വാ മാനിഫെസ്റ്റോ എന്ന കഥ മനോരമ മെട്രോ കഥാപുരസ്കാരത്തിൽ രണ്ടാമതെത്തി. പിന്നീട് തുടരെത്തുടരെ കഥകൾ എഴുതി.

അരക്ഷിതമായ ബാല്യത്തിന്റെ ഓർമ്മകളിൽ നിന്നുമാണ് മാഷ് ഓരോ കഥകളും മെനഞ്ഞെടുത്തിരുന്നത്. കഥയുടെ ആശയം ഉള്ളിൽ തോന്നിയാൽ ദിവസങ്ങളോളം ഉണ്ണാതെ ഉറങ്ങാതെ കാത്തിരിക്കുമായിരുന്നു. പിന്നീട് പൊടുന്നനെയിരുന്ന് ഒറ്റ ഇരുപ്പിന് എഴുതി തീർക്കും. എഴുതിക്കഴിഞ്ഞശേഷം എന്നെക്കൊണ്ട് വായിപ്പിക്കും. പിന്നീട് എന്നെക്കൊണ്ട് തന്നെ പകർത്തി എഴുതിപ്പിക്കുകയും ചെയ്യും. മാഷ്ടെ ജീവിതത്തിലേക്കു ഞാൻ വന്നതിനുശേഷം അദ്ദേഹമെഴുതിയ എല്ലാ കഥകളും കഥാപാത്രങ്ങളും മാഷോളം തന്നെ എനിക്കും പരിചിതരാണ്. പത്ത് കഥകൾ അടങ്ങിയ ഒരു കഥാസമാഹാരം പ്രസിദ്ധീകരിക്കണമെന്നാണ് അദ്ദേഹം ആഗ്രഹിച്ചിരുന്നത്. മാതൃഭൂമി ബുക്സിനും ഡി.സിയ്ക്കും പബ്ലിഷിംഗിന് അനുവാദം ചോദിച്ചുകൊണ്ട് കഥകൾ അയച്ചിരുന്നു. എന്നാൽ അവ മടക്കിയപ്പോൾ ഒരു എഴുത്തുകാരൻ എന്ന നിലയിൽ അദ്ദേഹം അതീവ ദുഃഖിതനായിരുന്നു.

തന്റെ എല്ലാ ദുഃഖങ്ങളിലും സന്തോഷങ്ങളിലും കൂടെയുണ്ടായിരുന്ന അച്ഛന്റെയും അമ്മയുടെയും കാലം കഴിയുംമുമ്പേ ആദ്യപുസ്തകം ഇറക്കണമെന്ന് അദ്ദേഹം ആത്മാർത്ഥമായി ആഗ്രഹിച്ചിരുന്നത്. കുഞ്ഞുങ്ങളില്ലാത്ത ദുഃഖം അലട്ടുമ്പോഴൊക്കെയും അദ്ദേഹം വീണ്ടും വീണ്ടും കഥകളെഴുതി. കണ്ണീർ കൊണ്ടു നനഞ്ഞ എന്റെ രാത്രികളിൽ അദ്ദേഹം ഒരുപാടൊരുപാട് കഥകൾ പറഞ്ഞ് എന്നെ ആശ്വസിപ്പിച്ചു. പുസ്തകം എന്ന ആഗ്രഹം നീണ്ടുനീണ്ടുപോവുമ്പോഴൊക്കെയും അദ്ദേഹം പറഞ്ഞിരുന്നത് പുസ്തകം പിറക്കും മുമ്പേ നമ്മുടെ ഇരട്ടപ്പെൺകുട്ടികൾ പിറക്കുമെന്നായിരുന്നു. എല്ലാം പറഞ്ഞും ആഗ്രഹിച്ചും അങ്ങനെയൊരുനാൾ ഞങ്ങളുടെ എല്ലാവരടെയും ജീവിതത്തിൽനിന്ന് എന്നന്നേക്കുമായി ഇറങ്ങിനടന്നു. മരണം എന്ന സത്യം മനസ്സുകൊണ്ട് അംഗീകരിച്ചു കഴിഞ്ഞപ്പോൾ ബാക്കിയായത് ഞാൻ മാത്രമായിരുന്നു. കുഞ്ഞുങ്ങൾ എന്ന പ്രതീക്ഷ, കഥാസമാഹാരം എന്ന ആഗ്രഹം. അദ്ദേഹത്തിനുവേണ്ടി ഇവ

രണ്ടും ചെയ്തുതീർക്കുവാൻ എനിക്കുമാത്രമെ കഴിയൂ എന്ന സത്യം വേദനയോടെ ഞാൻ മനസ്സിലാക്കുന്നു. മനക്കരുത്തോടെ മുന്നോട്ട് നടന്ന് കഥാസമാഹാരം എന്ന ലക്ഷ്യത്തിലേക്കുള്ള യാത്രയിൽ കൂടെ നിന്നത് മാഷുടെ സഹപ്രവർത്തകരും സുഹൃത്തുക്കളുമാണ്. ഇതിൽ എന്റെ പങ്ക് ലവലേശമില്ല. ഓരോരുത്തരുടേയും പേരെടുത്ത് പറയുക ദുഷ്കരമാണ്. എല്ലാവർക്കും നന്ദി സ്നേഹം..

ഇത് മാഷുടെ ആദ്യത്തേതും അവസാനത്തേതുമായ കവിതാസമാഹാരമാണ്. ഇനിയൊന്നെഴുതാൻ അദ്ദേഹം നമ്മോടൊപ്പമില്ല. പക്ഷെ എനിക്കറിയാം മാഷ് ചിരിക്കുന്നുണ്ട്. സന്തോഷിക്കുന്നുണ്ട്. കാരണം ഈ പുസ്തകം ഏറ്റുവാങ്ങുന്നത് അച്ഛനെ അറിയാത്ത എന്നാൽ ഏറ്റവുമധികം അച്ഛനെ അറിയുന്ന അദ്ദേഹത്തിന്റെ രണ്ട് പെൺകുഞ്ഞുങ്ങളാണ്. അവർക്കല്ലാതെ മറ്റാർക്കാണ് ഈ പുസ്തകം സമർപ്പിക്കേണ്ടത്?

വയൽ(വെയിൽ)ക്കാഴ്ചകൾ

നട്ടപ്രാന്തു കണക്കെ
തിളക്കുന്ന നട്ടുച്ച.
ഒരൊറ്റ വൈക്കോൽപോലെ
കരിഞ്ഞുണങ്ങിയ
മുത്ത്യമ്മയുടെ മുതുകിൽ
വയലിന്റെ ഭൂപടം.

ആശ്ചര്യം വറ്റി
വെറും ചിഹ്നമായി നീണ്ട
വയൽച്ചാല്
വെയിൽക്കൊത്തേറ്റു വീണ
മീൻകൊത്തി ചാത്തൻ-
മഞ്ഞച്ചേരയെ
വിഴുങ്ങാനെന്ന മട്ടിൽ
ചളിവരമ്പിനു കുറുകെ
വാ പിളർത്തികിടന്നു.

അപ്പോഴത്
പണ്ട് കൈപ്പാട്ടിൽ
പെരുംവരാലിന്റെ കടിയേറ്റ്
ചത്ത
പിതാമഹനെക്കുറിച്ചാണോർത്തത്..
"പെരും വരാലെന്നല്ല"
ഞാൻ പെരുംചേരയെത്തന്നെ
വിഴുങ്ങും"
മീൻകൊത്തി
വെല്ലുവിളിച്ചു.

(മീൻകൊത്തി) ചാത്തന്റെ
നാക്കായി നീണ്ട വരമ്പ്
ഓർത്തത്-
തന്നേക്കാൾ നീണ്ട
പഴേ ജാഥക്കാലമാണ്.
ചുവടുകൾ തീരാതെ

തീരാതേ...
ചെമ്മൺപാതയിൽ
പൊടിപടർത്തി പാഞ്ഞുപോയ
ചെങ്കൊടിച്ചന്തമാണ്.

അവൻ വീണ്ടും വരുമെന്ന്
ചാത്തന്റെ നാക്ക്,
ഉറപ്പില്ലെന്ന് വരമ്പ്.
വയൽച്ചുള്ളി ഒടിഞ്ഞുകുത്തി
ഓർമ തിരഞ്ഞു.
കച്ചേരിവളപ്പിലെ
ചക്കരമാഞ്ചോട്ടിൽ
താളായും തവരയായും
നറുനീണ്ടിയായും
തഴുതാമയായും
കഴിഞ്ഞ കാലം.
ആർപ്പുവിളിച്ചുവട്ടുകൾക്ക്
കാതോർത്ത്
അങ്ങനെ...

“ഈ ജന്മം വേണ്ടായിരുന്നു.”
വയൽച്ചുള്ളി വിറകൊണ്ടു.
പാടമോർത്ത്
എന്നും തന്നെ ഉഴുതുമറിച്ച
ആ കരുത്തിനെക്കുറിച്ചാണ്.
കാളയുടെ ചൂട്ടും
ചൂരുമുള്ള
കുഴിക്കലപ്പയുടെ
ശൈവാവേഗമാണ്.
പലകക്കലപ്പയുടെ
തലോടലാണ്.
സ്വയം മറന്ന്
മൂർച്ഛിച്ച കാലം...
അറുതാത്തതോർത്തുപോയ
ജാള്യത്തിൽ
പാടം മുത്ത്യമ്മക്ക്

വരണ്ട ചിരി സമ്മാനിച്ചു.
വണ്ണാത്തിപ്പുഴപ്പാലം
കാലാൽ തുഴഞ്ഞ് കടക്കുമ്പോൾ
മുത്ത്യമ്മ പിറുപിറുത്തു.

"പണ്ട് ഞാനിതിലേറെ വെള്ളം
മൂത്രമായ്
വെറുതെ വീത്തിക്കളഞ്ഞു
കഷ്ടമായി, അന്നു ഞാൻ
നിറയെ വെള്ളം കുടിച്ചതും..."

മുത്ത്യമ്മ മുഖം
പുഴയായ്
പ്രതിബിംബിച്ചു.
ഇതുതന്നെ തക്കം–പുഴയുറപ്പിച്ചു.
ഒറ്റച്ചാട്ടത്തിന്
മുത്ത്യമ്മയുടെ കൺകോണിലൊട്ടി–
ക്കുലം കുത്തിച്ചുഴിമലരികളായി
അലതല്ലിയാർത്തു പൊട്ടിച്ചിരിച്ച്
താഴോട്ടൊഴുകി.

●

വിളയാത്തവയുടെ പാട്ടുകാരന്

1
ഇതു നിനക്ക്
സുരാസുരഭാവിക്ക്-
നിലയനം വിട്ടുനടകൊണ്ടവന്..
നട്ടുച്ചവഴികൾക്കു പദമേകിയോന്-
ബലിയായവന്...

2
നേർകണ്ടനേരിൻ-
കുരുത്തോല ചുറ്റി-
ത്തുടിത്താളമേറ്റിത്തിമർത്തു,ചുമച്ചു-
വിഷക്കുപ്പിയിൽ വീണുചത്തോനേ-
അറിഞ്ഞുവോ?
സുരാസുവിന്റെ അവസാന കവിത
നിന്റെ കാക്കയ്ക്കുമാത്രം കൂടില്ലെന്ന്...
പുകയ്ക്കും പുകയുന്നവനും
[illegible] ചേക്കേറിയെന്ന്...

3
ദുരിതമദിരയിൽ
ഇരവും കെടുത്തി,
സൂര്യമിഴിനോക്കി-
മൊഴിയാട്ടമാടി നീ-
വിളയാത്തവ 'ഓടിയ' വഴിയിതോ?
വാക്കുന്നി വഴിവിട്ടു-
രോഷം തുടലിട്ടു-
ചിരികൾക്കു തിരയിട്ടു-
കുതികൊണ്ട വഴിയിതോ?
4
വിളയാത്തവയുടെ പാട്ടുകാരാ,
ശ്രദ്ധിക്കുക ചാവുകടലല്ല നീ-
ഒരു കൊള്ളിമീനിൻ കലാപമാകുന്നു,
ഒരു വിത്തിനാഗ്നേയ സ്പന്ദനമാകുന്നു,

വിക്ഷുബ്ധ വാക്കിൻ സമുദ്രമാകുന്നു...
കാലമാകുന്നു...
കാലമാകുന്ന്യൂ...
അതിൻ നിണച്ചോപ്പാലെ–
മൂട്ടുക ഞങ്ങളെ
നന്ദികേടിൻ
പെരും ഭാണ്ഡം...

നെടിയ രോഷം ജ്വലിക്കുന്ന വാങ്മയം
മദിര മോന്തിയിട്ടിരവും
കവച്ചുവെ–
ച്ചിടറിവേച്ചും വിശന്നും
വശം കെട്ട്,
കപട ജീവിതത്തെരുവിലും ഛർദ്ദിച്ച്
അരിയസൂര്യന്റെ സൗമ്യത്വവും രൂക്ഷ–
മിഴിയിലേറ്റി ഫുലഭ്യം പറഞ്ഞു നീ
കടമ്മനിട്ടത്തുടിപ്പാട്ടിനാസുര
ച്ചുവടുനല്കിത്തിമർത്തും– പണിക്കാർ തൻ
നേരു നേരായറിഞ്ഞും
കുരുത്തോലച്ചുറ്റി നേരായുറങ്ങും
നടന്നു നീ

ഒരു നിഷേധത്തിനാൽ മരച്ചോട്ടിലായ്
ഒരു കൊടുങ്കാറ്റു ചങ്ങലക്കിട്ടു നീ
ഒരു കൊള്ളിമീനായ് പിടഞ്ഞൊടുങ്ങുമ്പോഴും
ഒരു കലാപത്തിന്റെ തിരതള്ളിനീക്കി നീ...
ചാവുകടലിൻ ലവണസാരമായ് തീർന്നു നീ
●

ഭ്രാന്തെടുക്കുന്നു..

"ചന്ദ്രനുദിക്കണ ദിക്കേങ്ങടാ..?"
"ഇന്നമാവാസിയേല്ലൻടീ..."

ചതുരത്തടങ്കലിൽ
ചരിത്രമെഴുതുന്നു നീ-
ചിരിയുടെ ചങ്ങലയുലച്ചുരുകുന്നു നീ-
ച്ചുമർചാരി,
ച്ചുമലിലൊരു ഭാരമാകുന്നു നീ...

എനിക്കും ഭ്രാന്തെടുക്കുന്നു..
കരിങ്കാമമൊക്കെയും
കടൽ മണക്കുന്നു..
വലിഞ്ഞുപൊട്ടും സിര
ഭ്രാന്തമായ് മീട്ടുകയാണു നീ...
തിരമുറിഞ്ഞു,
ഭ്രാന്തറിഞ്ഞു,
ദിശീപനാഡികൾ കോച്ചിവലിയവേ-
ഭ്രാന്തെടുക്കുന്നു..
***
"ചന്ദ്രനുദിക്കണ ദിക്കേങ്ങടാ...?"
"ഇന്നമാവാസിയേല്ലൻടീ..."

മരവാഴകൾ വരിയിട്ട
മരവിച്ചമരം നീ-
മുലയറ്റ, ജനിമാത്ര-
മാതൃത്വമതി നീ...
അല്ലല്ല,
കവിതയായ് പിറന്നു
കരടായ് വളർന്ന-
കനലാണു നീ...
***
പിന്നെയും ഭ്രാന്തെടുക്കുന്നു...
മറവികളുടെ വൻമേച്ചിൽ പുറമോ

കുഞ്ഞോർമ്മകളുടെ കളിവീടോ
നിൻമനം?
മറവിയെ നിനക്കൊന്നുമോർമ്മയില്ലെന്നോ...?
കെട്ടുതികൾ പടമുരിഞ്ഞമൃതേത്തിനായി–
കാവുകൾ വിട്ടിഴയുമ്പോൾ
പാലുമീ, വാഴ്‌വിന്റെ നൂറും വിളമ്പുവാൻ
ദീപം കെടുത്തി നീ വന്നതും.?

കനലിലെൻ പുലയാടിക്കവിതകൾച്ചുട്ടു–
വയർനിറഞ്ഞുണ്ണാതെ കാലങ്ങൾ കാത്തു–
തളർന്നതും...
എൻ, കിലുങ്ങുന്ന ഭ്രാന്തിൽ
നിൻ കണങ്കാലുകെട്ടി–
എനിക്കുള്ള ഭ്രാന്ത് നിനക്കെന്നു ചൊല്ലി–
പൊട്ടിച്ചിരിച്ചതും
ഓർമ്മയില്ലെന്നോ...?
***
പിന്നെയും ഭ്രാന്തെടുക്കുന്നു...
തമോബദ്ധ ജാലകം
***
ഇനി, നിന്റെ–
ഓർമ്മയിൽ
നിലാവുദിക്കുംവരേ–
നിനക്കുഞാൻ
കൂട്ടിരിക്കാം...
●

കണ്ണാടിക്കഥ

ഓർമ്മകളുടെ മണമുള്ള
ഈ മുറി
നീ മാറാലകൾ തുടച്ച് വെടുപ്പാക്കിയപ്പോൾ
എന്റെ ചിലന്തിക്കുഞ്ഞുങ്ങൾ ചേക്കേറിയ
കിനാവറ,ഞാൻ–
ഓർമ്മകളുടെ ആൾക്കണ്ണാടി.
കണ്ണാടി കളവു കാണിക്കില്ല.
മുത്തച്ഛന്റെ മീശ പിരിച്ചുകയറ്റിയ
ഇതേ കണ്ണാടിയിലാണ്
അച്ഛൻ തുങ്ങി നിന്നതും
അമ്മ തുണിയുരിഞ്ഞതും
ഞാൻ തലകുനിച്ചതും...

ഞാനൊന്നും ഒളിക്കുന്നില്ല...
തൃഷ്ണകളുടെ കണ്ണാടിപ്പുഴ, നീ...
ഓരോഓളം തുള്ളലിലും
ചുഴഞ്ഞിറങ്ങുന്ന നിന്റെ കണ്ണേറുതട്ടി
വാക്കുപൊടിഞ്ഞുപൊടിഞ്ഞ്...
ചോരയിറ്റുന്ന കണ്ണാടിച്ചീള്, ഞാൻ–
നിന്നിലേക്ക് ഉരുകിയാഴുന്ന
വിരക്തിയുടെ വേനൽതുണ്ട്...
എന്റെ സ്വപ്നങ്ങളുടെ നീലക്കണ്ണാടി
കട്ടെടുത്തവളേ–,
നിന്റെ ഉടയുന്ന കണ്ണാടിയിൽ
ഞാൻ വീണു ചിതറും മുമ്പ്
നിന്റെ കണ്ണാടിയാവട്ടെ ഞാൻ...
നിനക്കപ്പോൾ ഒന്നുമൊളിക്കാനാവില്ല.,
കണ്ണാടി കള്ളം പറയില്ല
ഇല്ല...

ആർക്കും ആരിൽനിന്നും
ഒന്നും മറയ്ക്കാനാവില്ല.
ഓരോരുത്തരും അപരന്റെ കണ്ണാടിയാണ്.
●

പച്ചക്കറിപ്പേച്ച്

“പടവലങ്ങയാണെന്നോർത്ത്
ചുമ്മാ പടമുയർത്തേണ്ടാ.
ഞാൻ നേന്ത്രക്കായയാ..
നല്ല ദശയുറപ്പുള്ളത്.
തൊലിക്കുന്നത്.”

“വഴുതനങ്ങയങ്ങനെ
പൊങ്ങണ്ടാ...,
ഞാന് കാന്താരിയാ
അരച്ചുതേക്കും.”

“അധികം തക്കാളിക്കണ്ടാ...
ഞാൻ വെണ്ടയ്ക്കയാ,
തുളച്ചു കളയും..”

“കുമ്പളങ്ങ...!
ഞാൻ കയ്പയ്ക്കായാ,
മുള്ളുള്ളത്.
നന്നായി കയ്ക്കും.”

“കടുകേ, അധികം തുള്ളണ്ടാ,
ജീരകമാ, എനിക്കു മുനയുണ്ട്.”

“നീ ജീരകമോ പേരകമോ കുമരകമോ
എന്തായാലും
എനിക്കു ചുക്കാ...”

“വെള്ളരിക്കയധികം ഉലയ്ക്കണ്ടാ,
ഞാൻ കത്തിരിയായ് പടരും.”

“നീ വെറും പയറാ
ചുരയ്ക്കയാകല്ലേ...”

“എന്നാലും നിന്റെ മത്തങ്ങയത്ര
മുഴുത്തതൊന്നുമല്ല–
കൂടുതൽ കളിച്ചാൽ
പീരയ്ക്കപോലെ ഉടയ്ക്കും.”

“നീ കുറേ ഉടയ്ക്കും...
എന്നാൽ നീ കിടക്കും
പെടുക്കാനേ പിന്നെ കൊള്ളൂ.
ഞാൻ കറിക്കത്തിയാ,
തറിക്കും;
പിന്നെ വറുക്കും...”

●

ക്യാപ്പിറ്റൽ പണിഷ്മെന്റ്

ഒറ്റയൊറ്റ മേഘങ്ങളാണ്
കുഴപ്പക്കാർ
മുന്നറിയിപ്പൊന്നുമില്ലാതെ
തിമിർത്തു പെയ്യുന്നു.
ഇടിമുഴക്കങ്ങളെ
ഉത്തേജിപ്പിക്കുന്നു.
കൊടുങ്കാറ്റുകൾക്ക്
തുണപോകുന്നു.
ജൈവാവേഗങ്ങളെ
ത്വരിപ്പിക്കുന്നു.
ഭൗമതാപങ്ങൾ നെഞ്ചേറ്റി
വീർപ്പുമുട്ടുമ്പോഴാണത്രേ
പേമാരിയാവുന്നത്

ഒറ്റയൊറ്റ മേഘങ്ങളാണ്
കുഴപ്പക്കാർ
നമ്മുടെ ഉന്മത്തനിദ്രകളെ
നിഷ്കരുണം വേട്ടയാടുന്നു.
അത്യാസക്തികളിൽ
ശരമാരി പൊഴിക്കുന്നു.
ഹരിത സ്വപ്നങ്ങൾക്ക്
വെയിൽക്കാഴ്ചയൊരുക്കുന്നു.
മഴവില്ലിനരികുകൾക്ക്
നിറം പുരട്ടുന്നു.
മിന്നലിന്റെ വായ്ത്തല
രാകിമിനുക്കുന്നു.

അനന്താകാശങ്ങളെ
വാരിപ്പുണരുന്ന
അവധൂതരാണവർ
മണ്ണിലെ പിറവികളെ
പിന്തുടരുന്ന ജ്ഞാനികളുമാണത്രേ.
നിരന്തര ചലനത്തെ
പ്രചോദിപ്പിക്കുന്നവരെന്നും
വിത്തുകൾ വിളയിക്കുന്നവരെന്നും

ആരോപണമുണ്ട്.

ഒറ്റയൊറ്റ മേഘങ്ങളാണ്
കുഴപ്പക്കാർ
ജനതതികൾക്കും
ജനപഥങ്ങൾക്കും മേലെ
മഹാവനങ്ങൾക്കും
മഹാസമുദ്രങ്ങൾക്കും മേലെ
ഹിമഭ്രൂമികൾക്കും
മരുഭ്രൂമികൾക്കും മേലെ
അവ
തുറവുകണ്ണോടെ
സദാ അലഞ്ഞുതിരിയുന്നുണ്ട്
ഭ്രൂമിയുടെ മിടിപ്പുകൾ
തൊട്ടറിയുന്നുണ്ട്.
നക്ഷത്രരാശികളുമായി
സംവദിക്കുന്നുണ്ടാ.
നമ്മളെക്കുറിച്ച് വല്ലാതെ
സംശയിക്കുന്നുമുണ്ട്

തൊട്ടാവാടികളും
പുൽച്ചാടികളും
മണ്ണിരയും മഴപ്പാറ്റയും
കുന്നും കുളവും
മയിലും മരാമരങ്ങളും
ഈ കോടതി മുമ്പാകെ ബോധിപ്പിച്ചതെല്ലാം
പച്ചയും
കല്ലും വെച്ച
കള്ളവും
നുണയുമാണ്
മൈ ലോർഡ്...
ഒറ്റ മേഘങ്ങൾ
ശരിക്കും കുറ്റവാളികളാണ്.

പിടിച്ച് തൂക്കിലേറ്റണം
അവറ്റകളെ
ചാകും വരെ...

സ്കൂൾ മുറ്റത്തെ പ്ലാവ്

"....കിണറ്റിൻ പടയേലും
ആൾമറമേലും വീണ്
ചൊളയും പൊളയുമായ്
തെറിപ്പൂ പഴഞ്ചക്ക.
കിണറുതേവിത്തേവി–
മടുത്തു, ചക്ക ചീഞ്ഞു–
പഴുത്ത വെള്ളം കൊണ്ടു
കഞ്ഞിവെക്കുവാൻ മേലാ.
അറ്റ വേനൽക്കാലത്തു–
സ്കൂളിലെകൊച്ചുങ്ങൾക്കു–
കുടിക്കാൻ വേറെ തുള്ളി–
വെള്ളവും കിട്ടാനില്ലാ.
ആലവും ക്ലോറിൻ പൊടീം
കലക്കി കൊണമില്ല,
മൂന്നു കോൽ നെറഞ്ഞൊള്ള
കിണറു കൊള്ളാതായി,
പൊന്നു കായ്ക്കുന്ന മരമാണേലും
ചാഞ്ഞാലതു
പെരയ്ക്കു ദോഷമാണേ
അതോണ്ടു പറഞ്ഞതാ..."

"...അഞ്ചെട്ടു തലമുറയ്ക്കാകാശം
കാട്ടിത്തന്ന
സ്വപ്നങ്ങൾക്കുയലിട്ട
മുത്തച്ഛനാണീ മരം,
പുരുഷായുസ്സു പിന്നിട്ടെമ്പാടും
മുഴകളും
കവരാമുലയുന്ന ശാഖയുമിലകളും...
കൊമ്പിലങ്ങിങ്ങായ്ക്കാണും
മരവാഴയു, മിത്തിൾക്കണ്ണിയും
ചേർന്നൊരുക്കും ഹരിതവന്യഭംഗി.
പത്തു പുത്രന്മാർക്കൊപ്പമാണൊരു മരം
പത്തു കാശിന്റെ വിലയിട്ടു
മുറിച്ചു കളയണോ...?"

“വിരുദ്ധാഭിപ്രായങ്ങൾ
ചർച്ച ചെയ്തതിൻ ശേഷം
ഐകകണ്ഠ്യേന നിങ്ങളെടുത്ത
തീരുമാനം
വിശദമായിത്തന്നെ
മേലാവിൽ ധരിപ്പിക്കാം...”

2
യോഗവും പിരിച്ചുവിട്ടോഫീസിൽ
കയറുമ്പോൾ
കസേര മേലെയൊരു
സുമുഖനിരിക്കുന്നു
“പ്ലാവു വിൽപനയ്ക്കുണ്ടോ
പവന്റെ വില തരാം”
തഞ്ചത്തിലിരുന്നവൻ
വീശുവാൻ ‘വിലയിട്ടു.’
“അളവിന്നാണു വില-
യെന്നാലും ചേതമില്ല,
പതുക്കെയാലോചിച്ചു
തീരുമാനിച്ചാൽ മതി.
കച്ചോടമാണു പുതുബന്ധങ്ങളുടെ
താക്കോൽ,
നിങ്ങൾക്കു ലാഭമുണ്ടാം,
ഞങ്ങൾക്കു നഷ്ടമില്ല.
വാങ്ങാനോ വിൽക്കാനോ സാർ
സ്വപ്നം കണ്ടാലും മതി,
സ്വപ്നത്തിൽ തലയ്ക്കലായി-
രിപ്പുണ്ടാവും ഞങ്ങൾ.
വിളിച്ചാലെത്തുമിതു-
കാർഡെ” ന്നു തന്നിട്ടായാൾ
വിസ്തൃതമായിട്ടൊന്നു
ചിരിച്ചു തൊഴുതു പോയ്.

3
രണ്ടു നാൾ കഴിഞ്ഞപ്പോൾ
കാര്യങ്ങളുറപ്പിച്ചു.
മുൻകൂറുകാശുമായി
മുറിക്കാനാൾക്കാരെത്തി.

മഴവായല്ല, മൂർച്ചയേറിട്ടും
യന്ത്രവാളാൽ
ശാഖോപശാഖകളും
മുറിഞ്ഞു നിലം പൊത്തി,
കൊമ്പുകൾ വീഴും നേരം
തുമ്പികൾ പറന്നുപോയ്,
മണ്ണിലെ തുമ്പപൂക്കൾ
വേരിലേക്കിറങ്ങിപ്പോയ്.
ലോകൈകമാനവദ്യമമൃതസമാനമാം
വിശുദ്ധിമതിർക്കുന്ന ചക്കകളിടതിങ്ങി–
നിറയെ പുത്രരുള്ള
ഗോത്ര രാജനെപ്പോലെ
തിറമായ് നിന്നമരമുലഞ്ഞൂ
നെടുങ്ങനെ...

മണ്ണിന്റെ കിനിയുന്ന ചോരപോൽ
ചറം ചീന്തി.
സൂര്യനിലേക്കുയർന്ന–
പ്രാർത്ഥനയായി നില്ക്കും
പ്ലാവിന്റെ തായ്ത്തടിമേൽത്തുമ്പത്തു–
തുളുമ്പിയ
കണ്ണുനീർത്തുള്ളിപോലെ
കുഞ്ഞൊരു പൂതൽച്ചക്ക...!
കടയ്ക്കൽ വാളുവീഴ്കേ–
വിറച്ചു വിളറിയ
സുവർണ്ണപ്പൊടി ചീറി–
ത്തെറിച്ചു നാലുപാടും.
ഉറച്ചകാതലാണു
തടിക്കെന്നാരോ
കുറച്ചുറക്കേ പറഞ്ഞതും
അലച്ചുവീണു മരം.
അതിൽ നിന്നൊട്ടുക്കത്തെ
സമ്മാനം പോലെ
പൂതൽച്ചക്ക വീണുടഞ്ഞപ്പോൾ
ചിതറി പൊൻനാണ്യങ്ങൾ
●

ഹർത്താൽ

ചിന്തിയ രക്തം
അനേകായിരം
പാനപാത്രങ്ങളിൽ
നുരഞ്ഞു.
തുണ്ടുതുണ്ടായ്ചിതറിയ
മാംസം
പതിനായിരക്കണക്കിന്
അണപ്പല്ലുകൾ ചവച്ചരച്ചു.
ഒറ്റയപ്പം കൊണ്ടവൻ
ലക്ഷങ്ങളുടെ
ആർത്തിശമിപ്പിച്ചു.
നാലുവിക്കറ്റിനെന്നപോലെ ബാക്കി
നാലപ്പത്തിന് അവൻ
ക്രിസ്തുവിനെ ജയിച്ചു.
എന്നിട്ടും
ആരുമവനെ
രക്ഷകനാക്കി വാഴ്ത്താതെ
വെറും
രക്തസാക്ഷിയാക്കി...
ഹർത്താലുണ്ടാക്കി.

ചെരുപ്പ്

"നിന്നെ ചുമന്നുമടുത്തു"
സഹികെട്ട് ഒരു ദിനം
ചെരിപ്പു പറഞ്ഞു.
"നീ തിന്നുകൊഴുത്തു
ചീർക്കുമ്പോൾ
ഞാൻ
തേഞ്ഞുതേഞ്ഞു തീരുകയാണ്.
അരണനാക്കുപോലെയായി
കോലം.
വേണ്ടിടത്തും
വേണ്ടാട്ടിടത്തും നിരങ്ങി
ഞാൻ വേണ്ടതിലേറെ
മുഷിഞ്ഞു.
ഓട്ടും കുതിരയും
ചാട്ടും കുതിരയുമായി നീ
കണ്ട ചെളിയിലെല്ലാം ചവിട്ടി.
വെള്ളം കണ്ടപ്പോൾ നിന്നു.
തിരിഞ്ഞു നടന്നു.
ആൾക്കൂട്ടത്തിലാളാവാൻ
നീയെന്നെ തേച്ചുമിനുക്കി.
അലക്കും കിന്നരിയും വെച്ചു.
കൊളുത്തും പട്ടയുമിട്ടു.
എന്നിട്ടും
എന്നും പടിക്കുപുറത്തായിരുന്നു
എന്റെ സ്ഥാനം.
നീ നടക്കുന്നിടത്തെല്ലാം
നടന്നു നടന്നു ക്ഷീണിച്ചത്
ഞാനാണ്.
ഒപ്പത്തിനൊപ്പം ഓടിയെത്തിയിട്ടും
മത്സരങ്ങളിലെല്ലാം തോറ്റത്
ഞാനാണ്.

നീ കുമ്പസരിക്കുമ്പോഴും
കൊള്ളയടിക്കുമ്പോഴും

കാമിക്കുമ്പോഴും
ഭോഗിക്കുമ്പോഴും
പട്ടിയെപ്പോലെ
പുറത്തു കാവൽ
കിടന്നതും ഞാനാണ്.
ഒന്നു പോറിയാലോ
വാറുപൊട്ടിയാലോ
ഒരു തുന്നിളകിയാലോ
നീയെന്നെ
നിഷ്കരുണം
വലിച്ചെറിയും...
അതെനിക്കു
പിറന്നപ്പൊഴേയുള്ള
ഉറപ്പാണ്.

അറകളിലും
ആരാധനാലയങ്ങളിലും
നീയെന്നെ വിലക്കി
പാർലമെന്റിലും
പത്രസമ്മേളനത്തിലും
പൊതുയോഗത്തിലും
നിരപരാധിയായ എന്നെ
വലിച്ചെറിഞ്ഞ്
പരിഹാസ്യനാക്കി.

ആറാം തമ്പുരാനായി
കളരിയിൽ കയറിമ്പോഴും
നരസിംഹമായി കാലുയർത്തി-
തൊഴിക്കുമ്പോഴും
നീയെന്നെ
അഴിച്ചുവെച്ചു.
എത്രയോ കരണകുറ്റികളിൽ
വീഴാൻ കൊതിയുണ്ടായിട്ടും
നീയെന്നെ
പള്ളുമറഞ്ഞു വിലക്കി.
നീയില്ലാതെയെനിക്കു

നടക്കാനാവില്ലെന്നാണല്ലോ
നിന്റെ ഒടുക്കത്തെ ന്യായം.
പുറങ്കാലാണ്
അതുന്റെ മറുപടി.
ഞാൻ പോണു...
ചെരിപ്പുനക്കിയാവാനിനിവയ്യ...

ചെരുപ്പൻ ചിരിച്ചു:
ചെരുപ്പിനിട്ട്
രണ്ട് ചവിട്ടുകൊടുത്തു.
"ചെരുപ്പേ നീ പാവം...!
നിനക്കറിയില്ലേ,
മനുഷ്യന്റെ പാദങ്ങളെ
നയിക്കുന്നത് നീയല്ല;
ദൈവമാണെന്ന്
വേദപുസ്തകത്തിലുള്ളത്...?"

●

വീണുകൊണ്ടേ...

മുപ്പത്തിരണ്ടാം നിലയിലെ ബാൽക്കണിയിൽ
താഴോട്ടു ചാടാനൊരുമ്പെട്ടു നില്ക്കുന്ന
ആ പെൺകുട്ടിക്ക്
എന്താണ് സംഭവിക്കുക?
തീർത്തും അലസമായി
അലക്ഷ്യമായി
മഞ്ഞപ്പറവയെപ്പോലെ താഴോട്ട്...?
ആകാശനിലകളെയുമ്മവെച്ച്
തൊട്ടുരുമ്മി
തെന്നിത്തെറിച്ച്
പൊട്ടിച്ചിതറി...?
അല്ലെങ്കിൽ
അവളതുവരെ ജീവിച്ച ജീവിതംപോലെ
അതിശീഘ്രം
ഒരാർത്തനാദത്തോടെ
തലതല്ലി...?

മരിച്ചവർക്കും ജീവിക്കാനുള്ളവകാശമുണ്ടെന്ന്
ഉറക്കെ പ്രഖ്യാപിച്ച്
ഗുരുത്വാകർഷണം ഭേദിച്ച്
ഒരുപക്ഷേ, മേലോട്ട്–
ഒരു പറക്കും തളികയായ്...?
മേഘങ്ങളേയും
ആകാശനീലിമയേയും മറികടന്ന്,
അവളിന്നലെകേട്ട–
ചൗരസ്യയുടെ പുല്ലാങ്കുഴൽനാദം
പോലെ...?

ഈ
നേർത്ത നേരത്ത്
ഫ്ളാറ്റ് മരങ്ങളിൽ
തൂങ്ങിമരിച്ച കാറ്റിന്റെ കിടാങ്ങൾ
അവളെ വന്നു തൊടുമോ..?

എന്നും മടിച്ചുമടിച്ചു മാത്രം
കൺമിഴിക്കുന്ന സൂര്യൻ
മട്ടുപ്പോടെയെങ്കിലും
അവളിലേക്ക് പ്രകാശകംബളം
വാരിയിട്ടുമോ..?
നഗരത്തിന്റെ തുറുകണ്ണും
നിലയ്ക്കാത്തമുരൾച്ചയും
വീഴ്ചയുടെ മിന്നായ വേളയിലും
അവളെ പേടിപ്പെടുത്തുമോ...?
തെരുവിന്റെ കെട്ടുമണം
അവളെ ചൂഴുമോ...?
മുപ്പത്തിരണ്ട്
മുപ്പത്തൊന്നായും
മുപ്പതായും
കുറഞ്ഞു വരുന്നത്
ഓർമപ്പെടുത്താൻ
സമയകുറവുമൂലം
അവളുടെ നെഞ്ചിടിപ്പിന്
സാധിക്കുമോ...?
ഇതുവരെ കണ്ട ഭൂമിയേയാണോ
അവളുടെ ഇറുക്കിയടച്ച
ചകിതമായ കണ്ണുകൾ കാണുക...?

ചിറകുണ്ടായിരുന്നെങ്കിൽ
എന്നവൾ കൊതിച്ചേക്കും.
കഴിഞ്ഞയാഴ്ച വണ്ടർലായിൽ
ആർത്തുവിളിച്ചത്
വികൃതമായിട്ടെങ്കിലും
ആവർത്തിച്ചേക്കും.
ജലരാശി പിളർക്കുന്നതിനേക്കാൾ
എത്രയെളുപ്പമാണ്
വായു സഞ്ചാരം പിളർക്കാനെന്ന്
അത്ഭുതപ്പെട്ടേക്കാം.
കാര്യമൊന്നുമില്ല...
അന്തരീക്ഷം ഭ്രാന്തമായ കരുത്തോടെ
അവളെ താഴോട്ടു തന്നെ തള്ളും.

ച്ചുഴറ്റി നിലത്തടിച്ച് മരണം.
ഉറപ്പുവരുത്തിയിട്ടേ പിൻവാങ്ങൂ...
ചിലപ്പോൾ
ആ ഉൽക്കാപതനം താങ്ങാനാവാതെ
ഭൂമി പിന്മാറിയാലോ...?
പിന്നെ നിലയില്ലാത്ത
ആകാശത്തവൾ
വീണുകൊണ്ടേയിരിക്കില്ലേ...?
വീണുകൊണ്ടേ...
വീണുകൊണ്ടേ...

അടിയാധാർ

'ചൂടൻമാഷ്' എന്നാണ്
രഹസ്യമായി ഞങ്ങൾ
മാഷെ വിളിച്ചിരുന്നത്.
ന്യൂട്ടന്റെ ചലനനിയമം മനസ്സിലാക്കിത്തരാനാണ്
ഒരുനാൾ ചുമരിൽ ഫുട്ബോളടിച്ചു കളിച്ചത്.
അതും പോരാഞ്ഞ് മറ്റൊരുനാൾ
ഗ്രൗണ്ടീച്ചെന്ന് എലിവാണം കത്തിച്ചു വിട്ടു.
ചൂടാണെന്നേ ഞങ്ങളു കരുതിയുള്ളൂ.

ന്യൂട്ടണും ചൂടനായിരുന്നത്രേ...!
ആയുസ്സിൽ പെണ്ണോ പെടക്കോഴിയോ ഇല്ലാതെ
കഴിച്ചെന്ന് മാഷ് പറഞ്ഞപ്പോൾ
ഞങ്ങളുടെ കുഞ്ഞു പ്രേമങ്ങൾ തളർന്നു.
ആപ്പിള് ന്യൂട്ടന്റെ 'മറ്റേടത്താണ്'
വീണതെന്ന് ഞങ്ങള് കുശുകുശുത്തു.
ഞങ്ങളോട് പറഞ്ഞു മടുത്തപ്പോൾ
മാഷ് മുക്കാലിബോർഡോട് സംസാരിച്ചു തുടങ്ങി.
ചൂടാണെന്നേ ഞങ്ങളു കരുതിയുള്ളൂ.

ഡയനാമിറ്റും ഡയനാമോയും തമ്മിലുണ്ടായ
ആശയക്കുഴപ്പം തീർത്ത്
ഉച്ചക്കൊന്നാം പിരീഡ്
ഹാജരെടുത്തപ്പോൾ
പതിവില്ലാതെ മാഷ് ഓരോരുത്തരുടേയും
പേരാണു വിളിച്ചത്.

ഉച്ചമയക്കത്തിൽ പലരും
സ്വന്തം പേരു മറന്നിരുന്നു.
"മാഷേ, നമ്പറുമതി" കോറസ്സായി
ഞങ്ങളു പറഞ്ഞു.
"ത്രീനോട്ട് ഫൈവ്, ത്രീനോട്ട് സിക്സ്
ത്രീനോട്ട് സെവൻ..." മാഷ് വിളിച്ചു.
"പ്രസന്റ്സ് സാർ
പ്രസന്റ്സ് സാർ
പ്രസന്റ്സ് സാർ" ഞങ്ങൾ നിലവിളിച്ചു.

ഹാജറുബുക്കടച്ച് മാഷ്
തുരുതുരാ ചോദിച്ചു...
തുമ്പപ്പൂവിൻ തുമ്പെന്താ?
പാലപ്പൂവിൻ പാലെന്താ?
ചക്കക്കുരുവിൻ കുരുവെന്താ?
ക്രോമോസോമിൻ വാലെന്താ?
ഞങ്ങളാരും ഒന്നും മിണ്ടിയില്ല.
ചൂടാണെന്നേ ഞങ്ങള് കരുതിയുള്ളൂ.

"ഫൂൾസ്..." മാഷ് അലറി:
"യൂ ആർ ഓൾ റെഡ്യൂസ്ഡ് റ്റു നംബേഴ്സ്,
ലൈക്ക് കോൺസ്റ്റബ്ൾസ് ആൻഡ്–
കൾപ്രിറ്റ്സ്..."

അതും ചൂടുകൂടിയതുകൊണ്ടു പറഞ്ഞതായേ
ഞങ്ങള് കരുതിയുള്ളൂ...
●

വെള്ളാം കൊച്ചകൾ

1
വെള്ളാം കൊച്ചകളേ,
നിങ്ങളെ
കണ്ടതിൽ അനല്പമാം സന്തോഷം
പണ്ടു കണ്ടതിലും
തെങ്ങിൻ തലപ്പത്തും
കണ്ടു കണ്ടേ പിരിഞ്ഞതാണല്ലോ–
നാം.

ഞാറ്റുവേലയും ഞാറും
ഇളംമാങ്ങവെയിലും
ചേറിപ്പെറുക്കാത്ത
പുന്നെൽക്കുശുമ്പും
കുറച്ചേറെ
നൊട്ടീം നൊണയും
പകുത്തതാണെന്നു നാം.

അന്തിയോളം വയൽച്ചെളിയിൽ
കുഴഞ്ഞച്ചുവേട്ടൻ
മടങ്ങുന്ന നേരത്ത്
പകലുനീണ്ട തപസ്സു ചേതം വന്ന–
പരിഭവത്തിൽ നടന്നു നീങ്ങുന്നവർ...

ചെള്ളു നല്കാത്തെരുതിന്റെ
പള്ളയ്ക്ക്
കൊക്കുകുത്തിപരിഭവം ചൊന്നിട്ട്,
അപ്പുറത്തെ ചതുപ്പിൽ പിരങ്ങുന്ന–
പോത്തിനോട്ടു കയർക്കുന്ന കാക്കയെ
നല്ല ചങ്ങാതീ, നീ കുളിച്ചിട്ടെന്തു–
കാര്യമെന്നർത്ഥഗർഭമായ് നോക്കീട്ട്,
മുട്ടിൽ മുഖം ചേർത്തുറങ്ങാനൊരുങ്ങുന്ന–
തുമ്പയ്ക്കൊരോമൽ
കിനാവു സമ്മാനിച്ച്,

സംഘമായ്
ഉശിരരായ്
കിഴക്കു പാറുന്നവർ.
മൂളുന്നകുന്നിൽ പണ്ട്
മുരളുന്ന കുന്നിൽ പണ്ട്
ജേസീബീ വന്നിട്ടു–
തിന്ന കുന്നിൽ പണ്ട്
മഞ്ചാടി വിത്തു വിതച്ചേ മരിച്ചോരു–
താന്തോന്നി മക്കൾക്കു കൂട്ടായിരുന്നവർ.
കാറ്റിൻ പുറത്തേ കയം കടന്നോരല്ലേ,
നീറ്റിൽത്തപം ചെയ്തു നീറിപ്പുകഞ്ഞവർ
സ്വപ്നങ്ങൾ മാത്രം മയിൽ പീലി നല്കുന്ന–
നോവുകാലത്തിൻ വിശുദ്ധ പ്രവാചകർ.

2
വൻപട്ടണം വിട്ടുപോകുന്ന വണ്ടിയിൽ
തെണ്ടിത്തുലഞ്ഞു മടങ്ങുകയാണിന്ന്.
തിന്നും കുടിച്ചും മദിച്ചും തിമിർക്കുന്ന
നഗരബകന്റെ വിസർജ്ജന കേന്ദ്രത്തിൽ
നൊമ്പരം മിന്നായമിട്ട പോൽ വണ്ടിതൻ
ജന്നലിൽ കൂടിയേ കണ്ടു ഞാൻ നിങ്ങളെ.
വെള്ളാം കൊച്ചകളേ നിങ്ങളെയിങ്ങനെ
കൊറ്റിയെന്നാവും വിളിച്ചുപോരുന്നത്.
കണ്ടതിൽ ഇന്നേറെ നൊമ്പരം.

മുമ്പു നാട്ടും വിട്ടു വണ്ടിയിലേറുമ്പോൾ
കണ്ടോരു കാഴ്ചയാണോർമ്മയിൽ വന്നത്.
ആരോ പടുത്തതാം വിസ്മയ നക്ഷത്ര–
സൗധത്തിനോരത്ത് കോൺഗ്രീറ്റു കൊച്ചകൾ,
പാർക്കിലെ നിശ്ചല ജലാശയത്തിൽ വെൺ–
പ്രേതങ്ങളെപ്പോലെ കുന്തിച്ചു നില്ക്കുന്നു.
കണ്ണൊന്നു മാറ്റിത്തിരിഞ്ഞു നോക്കുമ്പോഴാ–
കൊച്ചകൾക്കൊക്കെമേൽ
പ്രാപ്പിടിയൻ നിഴൽ...

കഴുകൽ

കറുത്ത പശുവിനെ
തേച്ചുവെളുപ്പിക്കുമ്പോഴാണ്
മുറിയിൽ കഴുകാനെടുത്തിട്ട
തുണികളെക്കുറിച്ചോർത്തത്.

തുണിയലക്കി വെളുപ്പിക്കുമ്പോഴാണ്
അരികഴുകി വെച്ചത് അടുപ്പത്തിടാൻ
മറന്നത്.
അരിക്കലത്തിൽ തിളക്കുമ്പോഴാണ്
അമ്മി വെട്ടുപാക്കി
അരക്കേണ്ടതോർത്തത്.
അമ്മിക്കല്ല് കഴുകുമ്പോഴാണ്
പച്ചക്കറിയും മീനും വൃത്തിയാക്കാൻ
മറന്നത്.
എല്ലാവരും കൈകഴുകി
എഴുന്നേറ്റപ്പോഴാണ്
പാത്രങ്ങളെല്ലാം മോറിത്തീർക്കേണ്ടതോർത്തത്.

കക്കൂസും കുളിമുറിയും കഴുകി
നിവർന്നപ്പോഴാണ്
ഒന്നുമേലുകഴുകാൻ മറന്നുപോയത്.

കിടക്കയിൽ അടിച്ചു നനച്ച്
വെളുപ്പിച്ചാണ്, പക്ഷേ,
അയാളൊന്നുറക്കമായത്.

രാവു മുഴുവൻ ഉരുക്കി
വിളറിവെളുത്ത്
കണ്ണുകഴുകിയപ്പോഴാണ്
പുലർന്നത്.
പകലായത്.

പഴംപൊരി

അലമാരിയിൽ
ഉഴുന്നുള്ളി പരിപ്പുവടകളും
പ്രാണായാമത്തിനിടെ
പകച്ചുപോയ
ഒരു പാവം പഴംപൊരിയും

പ്രത്യയത്തോലിൽ നിന്നൂർന്ന്,
സ്വത്വത്തെ നാലായ് പിളർന്ന്,
മധുരവും കാരവും ചേർത്ത്
അയുക്തിതൻ
മൈദമസാലയിൽ കുഴഞ്ഞ്,
വിവാദത്തിൻ
എണ്ണത്തിളപ്പിൽ മൊരിഞ്ഞ്,
വിശേഷപ്പെട്ട
രൂപാന്തര പ്രാപ്തി കൈവന്ന്,
പ്രദർശനക്കൂട്ടിൽ
കേറിയിരുന്ന് നെഗളിച്ച
ചങ്ങായിമാർ പലരും
പലവായക്കകത്തായി.

തോലിൽ നിന്നൂർന്നിട്ടും
കാമ്പുപോകാതെ,
നാലായ് പിളർന്നിട്ടും
പലരാവാനാകാതെ,
മധുരവും കാരവും പോയി–
ഉപ്പും പുളിയുമായി,
എണ്ണകളിലെല്ലാം നിത്യം തിളച്ചിട്ടും,
പലകുറി പൊരിഞ്ഞ്–
വേഷം മാറേണ്ടി വന്നിട്ടും
വ്യാജനാകാനാവാതെ
ചില്ലുകൂട്ടിൽ പകച്ചു പഴകുന്ന
ഒരു പച്ചപ്പഴംപൊരി
പാവം.

●

അർത്ഥശാസ്ത്രം

പത്തുറുപ്പ്യയായി
'കിഴിഞ്ഞു' മട്ടുത്തു.
കാൽപണത്തിന് 'കമഴ്ന്നു വീഴുന്നവ' നും
ഇപ്പോക്കണ്ടാൽ
പഴയപോലെ
ഒരു 'മിശി' യില്ല
ഷൈലോക്കിനു പോലും
വെണ്ടാതായി.

അമ്പതിന്റെ സ്മോളോ
നൂറിന്റെ ലാർജോ
കൊതിയില്ലാഞ്ഞിട്ടല്ല.
സാധിക്കുന്നില്ല.
ഒരു കെട്ടു ബീഡിയുടെ
സാന്ത്വനം പോലും
കിട്ടാതായി.
അഞ്ഞൂറിന്റെ പുളപ്പോടോ
ആയിരത്തിന്റെ തിളപ്പോടോ
വിരോധമൊന്നുമില്ല.
ഇനിയഥവാ,
ഉണ്ടായിട്ടെന്തുകാര്യം?
ഉടലിനുകുറുകേ വരച്ച
'വാട്ടർമാർക്കു' മാറ്റാൻ
ആർക്കു പറ്റും?

ആയകാലത്ത്
അത്യാസക്തനായി
പൗണ്ടിനോടും
ഡോളറിനോടും
മത്സരിച്ച് ക്ഷയിച്ചു.
വീര്യവും ശൗര്യവും കെട്ട്
റൂബിളുപോലെയായി.
തറവാട് കുളം തോണ്ടി.
നോട്ടായിരുന്നതൊക്കെ

ചില്ല്വാനമായി.
നാണയമായി.

ഇനി ഡോളറിനൊപ്പം
കിടക്കാൻ
ഏഴുജന്മം ജനിക്കണം.
അതിന്, എന്നാലും
'ഇച്ചുമ്മണി' ക്ക്
'ശൊടര്' പോരാ.

നില്ക്കുന്നേടത്തെ മണ്ണ്
ദിനേന ഒലിച്ചുപോകുന്നു.
ഉപ്പുവെച്ച കലം പോലെ
അലുത്തലുത്ത് തീർന്നു.
പഴന്തുണിയായി
പ്രാഞ്ചിപ്രാഞ്ചി പിഞ്ഞി.

മറ്റൊരാളോ
ആരുടേയെങ്കിലും ഭ്രാന്തോ
അത്യാർത്തിയോ
ആകണമെന്നുണ്ട്.
അറമുറിച്ച്
അപ്പാടെ കക്കണമെന്നും.
പക്ഷേ,
ഈ ഇടനെഞ്ചിലെ
ഗാന്ധിയെക്കൊണ്ടു തോറ്റു...!

ഉറുപ്യയായാലും
ഉയിരായാലും
ഉദ്ധാരണിയായാലും
എന്തിരുമ്പുലക്കയായാലും
മൂല്യം കുറയുമ്പോൾ
ചിലതു നാണയപ്പെടും.
തേഞ്ഞു തേഞ്ഞ് വിലകെട്ട്
ഗതിമുട്ടി
അവിലായി

തെണ്ടാനിറങ്ങും മുമ്പ്
ഏതെങ്കിലും
'അമ്പാനിക്കണ്ണൻ' വന്ന്
സ്നേഹവായ്പോടെ
കെട്ടിപ്പിടിച്ച
ഞെരിച്ച്–

കത്തിച്ച കളഞ്ഞിരുന്നെങ്കിൽ...

എത്ര–
നന്നായിരുന്നു...!
●

ഇടയശവമുറുമ്പെട്ടുക്കുമ്പോൾ

ഇടയശവമുറുമ്പെട്ടുക്കുമ്പോൾ
അധികാരസഭ ഉടയപരിഷ തിമിർത്തു
ഇലച്ചീന്തിലവരവന്റെ
ആറിയതലച്ചോർ പൊതിഞ്ഞു
കണ്ണിലെ തായ്മുള
നുള്ളിക്കളഞ്ഞു.

ഇടയശവമുറുമ്പെട്ടുക്കുമ്പോൾ
കുഞ്ഞാട്ടു കരഞ്ഞു
കുന്നിറങ്ങുന്നവർ ചിരിച്ചു.
കുരുതിക്കുശേഷമവർ
വ്യഭിചരിച്ചു.

ഇടയശവമുറുമ്പെട്ടുക്കുമ്പോൾ
വിതമണ്ണിടിഞ്ഞു.
അവരവന്റെ പാട്ടിനെ
പലപാട്ടുഴുതു.
വിത്തറിവും വിളയറിവും
കവർന്നു.
മൂന്നുചുവടിൽ നിലമളന്നു;
കഴുമരം കൊണ്ട് വേലികെട്ടി
എല്ലാവാതിലുകളും
ചവിട്ടിത്തുറന്നു
മലകളെല്ലാം നിരത്തി
ആകാശത്തെയൊതുക്കി
ഏറ്റിറക്കങ്ങളെ
രേഖീയമാക്കി
എല്ലാം
കാഴ്ചവട്ടത്തിലായി
കൈവെള്ളയിലാക്കി
കമ്പോളമാക്കി.

ഇടയശവമുറുമ്പെടുക്കുമ്പോൾ
വാക്കിന്റെ കുരലുപൊട്ടി..
ചുരമിറങ്ങിയ ചുഴിക്കാറ്റ്–
ലില്ലികൾ പുഴക്കി.
തുമ്പിയും തുമ്പയും ഗതികെട്ടു.
മലമുകളിൽ
ഒരുപുല്ലാങ്കുഴൽ കൂടി
മണ്ണടിഞ്ഞു.

കടൽ, പൂവ്, പ്രണയം എന്നിവയെക്കുറിച്ച്

കടലിന്റെ ഉപ്പും ഉറവും
നിനക്കുതരുന്നു.
കടലിന്റെ ആഴവും അലിവും
നിനക്കു തരുന്നു
ഇനിയെന്നെ കടലെടുത്തോട്ടെ.

***

ഒരു പൂവിൽ
നീയെന്റെ പേരെഴുതി.
ഒരു പൂക്കളത്തിൽ
ഞാൻ നിന്റെ പേരെഴുതി
അങ്ങനെ
നമുക്കൊരു
ഓണമില്ലാതെയായി.

***

ആദ്യം മണ്ണാങ്കട്ട
കരിയിലയെ പഴിപറഞ്ഞു.
പിന്നെ കരിയില
മണ്ണാങ്കട്ടയെ പഴിപറഞ്ഞു.
ഒടുവിൽ
വഴിപിരിഞ്ഞപ്പോൾ
മഴയെന്നും കാറ്റെന്നും
പതം പറഞ്ഞു.

***

പൂവുകൾക്ക് നമ്മേക്കുറിച്ച്
ഒരുപാട് പറയാനുണ്ടാകും
കാരണം
അവയ്ക്കു പിന്നിലാണല്ലോ
നാം ഒളിച്ചുകളിക്കുന്നത്.

●

ഉറവ്

ചരിത്രത്തിന്റെ
ഉടഞ്ഞ കണ്ണിലേക്ക്
രക്തേച്ഛുവായ
ഒരമ്പു ഞാൻ തൊടുക്കുന്നു.
കാഴ്ചകൾക്കും
ബോധങ്ങൾക്കും
അതീതമായ വിനിമയത്തിന്റെ
ഉറവിലേക്ക്...
ഉണർവിനും
ഉറക്കത്തിനുമിടയിൽ
പോരാട്ടത്തിനും
പതനത്തിനുമിടയിൽ
പ്രതിഷേധത്തിനും
പ്രണയത്തിനുമിടയിൽ
ചീറ്റിത്തെറിക്കുന്ന
ഒരുറവ,
ഒരുണ്മ...

ഞാൻ ഉറവെടുക്കുന്നു
മേഘങ്ങളേക്കാൾ വളർന്ന
നിനക്ക്
ഉറവ് കേവലമായ
അറിവാകുമ്പോൾ
എനിക്ക് മുറിവാണ്.
തിരസ്കൃതന്റെ രക്തസാക്ഷ്യമായി
ഓർമ്മയുടെ ആ രക്തസമാധിയായി
അത്യഗാധതയിൽ
വാ പിളർക്കുന്ന
ഒരു മുറിവ്
ഞാൻ കണ്ണുവായിക്കുന്നു

ഒരുറവ്
കണ്ണുകളേക്കാൾ
ആഴത്തിൽ നിന്ന് പുറപ്പെടുന്നു.
കാഴ്ചകൾക്കും അപ്പുറത്തേക്ക്
ഒഴുക്കപ്പെരക്കുന്നു.

ആസന്നം

മുഖത്തും
ജര
നെയ്ത്തു തുടങ്ങി...
മൂങ്ങയും മൂവന്തിയുമൊക്കെ
ഭയപ്പെടുത്തുന്നു.
മുറിക്കും പഴമയുടെ മണം
കസേരയിലെ മെഴുക്കൊക്കെ
പൊറ്റതിരിയുന്നു.

കണ്ണടക്കാഴ്ചയും മങ്ങി,
അക്ഷരങ്ങളുടെ കൈകാലുകൾക്ക്
ഒരു ബലക്ഷയം.
ഇക്ലാവുവെട്ടത്തെ
വിശ്വസിക്കാൻ വയ്യ...
ഉച്ചരബാധിത മാണുച്ചകൾ പോലും

ആരുമില്ലിവിടെ
പകർച്ചകളൊക്കെ നിലച്ചു;
പതിവിലും
തുരുത്തുകളൊക്കെ തിരെയടുത്തു.
നരപടർന്ന തലക്കുറിപോലെ
അവ്യക്തമെൻ ഗതി...

ഇന്നെനിക്കു തുണ-
കരിനീലിച്ച രാത്രകളാണ്
ഇമയടർന്ന പകലുകളാണ്
കൊക്കും ചിറകുമില്ലാത്ത സാന്ത്വനങ്ങളാണ്.
നിഴലുകളാണ്.

തലവരിയിൽ തണുപ്പിറങ്ങുന്നു...
ഇനിയെല്ലാ തുറവുകളുമടയ്ക്കണം
ചുമരിലെ ഘടികാരം നീക്കണം
ശേഷം
ഈ ചാരുകസേരയിൽ
നീണ്ടുനിവർന്ന്
അങ്ങനെ...

***

ഇലവിറയുമോർമ്മത–
ന്നരയാലുവെട്ടുവാ–
നണയും മരംവെട്ടി: ഇന്ന്.
വൻപകയിലെരികാഞ്ഞ
മഴുവിന്റെ വായ്ത്തല
മദമേറ്റിരാകുന്നതിന്
മുഖം മുറിഞ്ഞറിയും
വെറുപ്പിന്റെ യൂഷ്മള
പരിരംഭണങ്ങളാണിന്ന്
വധുവിന്റെ യോനിയിൽ
അവിഹിതം കാണുന്ന
ബലഹീന ദൃഷ്ടിയാണിന്ന്.

വെയിലൊത്തു ചായുന്ന
കുഞ്ഞിളം മിഴിയിലും
വെറിമൂത്തുനോക്കയാണിന്ന്
വറുതിയുടെ കോലങ്ങൾ
തിരുമുടിക്കുന്നേറി–
ഉറയുന്ന കാലമാണിന്ന്
ഇരുൾവഴിയാലിറ്റുന്ന
തെരു ദീപകാരുണ്യ
മെയ്ത്തുടയുന്നതും ഇന്ന്.
മന്ദിരാലയങ്ങളിൽ
ലഹരിയായ് പെയ്യുന്ന
മധുമേഘമാണത്രെയിന്ന്–

ഇന്നെനിക്കെല്ലാ
മുടച്ചുവാർക്കാമെന്ന
മോഹം തരാത്തതും ഇന്ന്

***

കടിഞ്ഞൂൽക്കിനാ–
വീറ്റുപായയിൽ ചത്തതാം
കന്മഷമാണവൾക്കിന്ന്
അടവെച്ചമോഹങ്ങ
ളാകവേ കെട്ടുകെട്ട
മതൃഷ്ണമാണെന്റെയിന്ന്
ഇന്ന്?
ഇന്ന്!

●

പാളം തെറ്റുന്നു

'പാളം തെറ്റീ പാതിരാ വണ്ടി'
ഫാക്സിൽ വാർത്തത്തുണ്ടു പിടച്ചൂ...
പുതുമയ്ക്കൊട്ടിടിവാണെന്നാലും
ചൂടുണ്ടിത്തിരി നീട്ടിവലിയ്ക്കാം...!
ഒത്ത തലക്കുറിയൊന്നും ചാർത്തി–
മൂന്നരകോളം തച്ചുപരത്തി–
കുത്തിയിരിക്കും നേരം
ഫോണിൽ കിണികിണി നാദം...
"വണ്ടി മറിഞ്ഞു, ചരക്കുകൾ പലതും
കുറ്റിക്കാട്ടിൽ ചിതറിയിരിപ്പൂ–
പെട്ടെന്നെത്തുക,
'സ്ക്കൂപ്പ്' കിടയ്ക്കും...!"
കഷ്ടം, ഗുഡ്സാണല്ലൊ മറിഞ്ഞത്!
(കേട്ടതു പെറ്റെന്നല്ലേ, ഞാനും
കയറുമെടുത്തു നടന്നൂ...)
നമ്പാനാവില്ലെങ്കിലുമിക്കോൾ–
(Because it's an anonymous call)!
തട്ടിയുണർത്തുന്നെന്നിലെയാർത്തി...

***

'സ്പോട്ടിൽ ധൃതിയിൽ ചെന്നവനപ്പോൾ,
കുറ്റിക്കാട്ടിൽ ചരക്കുകൾ കണ്ടു–
ച്ചുറ്റും ചിതറിയ പുടവയ്ക്കിടയിൽ
ചീന്തിച്ചത്തു കിടപ്പൂ പലതും!

●

ട്രാൻസ്ഫോമർ

ഇരിക്കയാണു ഞാൻ
വെയിൽ വിയർത്തിറങ്ങുന്ന
പെരുവഴിയിൽ
വെറുത്ത്.

സ്ഥിരതപ്തമെന്റെ
ലോഹമാംസത്തിന്റെ ജ്വരവിടപത്തിൽ
അനവരതം ഒഴുകിയെത്തുന്ന
ഓർമ്മകളുടെ വിദ്യുത്ഗംഗ,
തിരക്കൈകൾ അമ്മാനമാട്ടുന്ന
ജന്മം..

പ്രവർദ്ധാനസന്ധിയിലെ
പ്രാർത്ഥനാ വേളയിൽ
ഉൾപ്രേരണകളുടെ കണ്ണുകെട്ടിക്കളി
സ്വപ്നം, എന്റെ
കവിതകളെല്ലാം ചുട്ടുതിന്നുന്ന
കുടൽപ്പുണ്ണു പോലെ
നീറുന്ന കാഴ്ചകൾ
സ്പന്ദകോടികളിൽ തട്ടി
കാമനകൾക്ക് അപഭ്രംശം
കാന്ത ജല്പനങ്ങളുടെ അതിസ്ഥായി;
ചാലകരാശി തകർന്ന്
ഒഴുക്കറ്റ ഭ്രാന്തിന്റെ
ത്വരിതാവരോഹണം...

ഒടുവിൽ
വെയിൽ വിയർത്തിറങ്ങുന്ന
ഈ പെരുവഴിയിൽ–
നിന്റെ വൈദ്യുതക്കൈകൾ
അടിച്ചു വീഴ്ത്തിയ
എന്റെ ശവം.

●

കടലിന് ഒരു ചൂണ്ട

കടലിനെ ചൂണ്ടയിട്ടു പിടിക്കണം
ഏറെ നാളായി അവൻ
മീനിനെപ്പോലെ വഴുതിപ്പോകുന്നു.

ഇറച്ചി തുണ്ടംതുണ്ടമാക്കി
മേഘങ്ങൾക്കിട്ടുകൊടുക്കണം
ആഴമുള്ള നട്ടെല്ലെടുത്ത് മിനുക്കി
കൊത്തുപണി ചെയ്ത്
മേശപ്പുറത്തു വെക്കണം
ദിനവും അതിലോരോ
മഴവില്ല് പറിച്ചുവെക്കാം
തോലു ചെത്തിയെടുത്ത്
ഉണക്കിവെക്കണം
ആവശ്യം വരും.

കടലിനെ കുടുക്കിയിട്ടുതന്നെ
കാര്യം.

ആകാശം കീറിയെടുത്ത്
മടക്കിക്കുട്ടി
ചുളവിൽ ഒരു തോണിയുണ്ടാക്കാം.
ഏതെങ്കിലുമൊരു ദ്വീപ്
ചെത്തിയെടുത്ത് പങ്കായമാക്കാം.
ആയിരം മുഴം നീളമുള്ള
ഒരു മഴനൂലിൽ ചുണ്ടകെട്ടി
വണ്ണമുള്ളൊരു പുഴയെ കോർത്ത്..
അല്ലെങ്കിൽ വേണ്ട,
എന്നെത്തന്നെ
കോർത്തിടാം.

കടലേ,
ഇന്നു നീ എന്റെ
ചുണ്ടയിൽ കുരുങ്ങും.

●

മുത്തച്ഛൻ പറഞ്ഞത്

നാന്ദി:

ഭവ്യം സോമതുല്ല്യം (പുല) ആടി പിതൃക്കൾക്ക,
കവ്യം കൊലച്ചോറ്! ദർഭനാമ്പിനാലർച്ചിതം.
നവ്യം പഴമ്പാട്ട് പുതു(പുല)പ്പാട്ടുമാകിലോ–
കാവ്യം തെറിപ്പാട്ട് മമ വാഗ്വിലാസം.. ത്ഫൂ...

പ്രസ്താവന:

ഉർവ്വിയെ വെട്ടിക്കീറി നാലു റബ്ബറും വെച്ചിട്ടാണുർവ്വരതയെന്നൊരുഗ്ര പ്രസ്താവന..
ഉർവ്വശിപ്പട്ടം വേശ്യാവൃത്തിയിൽ വാങ്ങുന്നോർക്ക് സർവ്വവും തീറുനൽകും മഹാമനസ്കത..
മാർവ്വിടം മുളച്ചിന്തിക്കരയും ഭ്രമിക്കഹോ, എത്രമാത്രം അഭിമാന പൂരിതമന്തരംഗം...?
ചർവ്വിതചർവ്വണമത്രേ മലയാണ്മ, പിന്നെങ്ങനെ തിളയ്ക്കാൻ ചോര നമ്മുടെ മേനിയിൽ..?

ഭൂതാങ്കം:

കടുവാക്കു ചൊല്ലി, കലമ്പി,
കതിരോന്റെ കനകത്തിടമ്പിൽ മുറുക്കുതുപ്പി–
കെട്ടജന്മ,മിടറുന്ന ചുവടുമായ് മിഥ്യതൻ പടഹപ്പറമ്പിലിറങ്ങീ...
ചട്ടുലതാളത്തിൽ ചുടലപ്പറമ്പുകളിൽ ജന്മം ചവിട്ടി മെതിച്ചി–
പട്ടുവിഴ്ച്ചി, തെറുത്ത കിനാക്കൾ ചുണ്ടേറ്റി
തീപ്പെട്ടിക്കോലുരസുന്നു..
ചെമ്മാർന്ന ഭ്രുവിൻ വിദൂരസ്ഥലികളിൽ പമ്മി,
പുളിക്കുന്ന പ്രാക്കു ഛർദ്ദിച്ചും
രമ്യ സങ്കല്പം കിട്ടാക്കനി! മുറ്റുന്ന പുച്ഛഭാവത്തിൽ ചിരിച്ചും
ചിമ്മാത്ത കണ്ണിൽ കലികാലം പുകച്ചും
കനൽക്കുന്ന് മൊത്തം കരിച്ചും
കാമം കൊറിച്ചും ഭാവുകത്വം തുലച്ചും
കരയുന്നു ശപ്തമീ ലോകം...
പട്ടുമുകിലാച്ഛാദ, സന്ധ്യതൻ
ശ്യാമാഭധമ്മില്ലക്കെട്ടഴിയുമ്പോൾ
കുട്ടിക്കുറുമ്പാർന്ന പത്തിപോൽ
വിനാശമെൻ തലയിലിരച്ചു കയറുന്നു.
വട്ടിപ്പലിശയ്ക്കു കടം കൊണ്ടു,

പ്രാണൻ ചൂതാടി ഗാ(ചീ)ട്ടുകൊട്ടാരം..
തട്ടിത്തകർത്തണയുന്നു പ്രതീക്ഷയ്ക്ക്
പട്ടടതീർത്തുകൊണ്ടർക്കൻ...
കറ്റകൾ തല്ലും കളത്തിൽ
കനൽമണി നെറ്റിതുടച്ചങ്ങെറിഞ്ഞും..
പോറ്റും കിനാക്കൾക്കടിവളം ചേർത്തുകൊണ്ടെത്രകരുത്തിൽ ചതഞ്ഞും
പറ്റമായ് പാഴ്നിലം താണ്ടിത്തളർന്നങ്ങു
മൃത്യുക്കിടക്കയിൽ വീഴും
തെറ്റില്ലാക്കൂട്ടങ്ങൾ, പട്ടിണിയുണ്ണുവോ,രാകിലും പുച്ഛമാണല്ലോ..
വർത്തമാനാങ്കം
പുലകുളിപ്പുഴയിലും മലഗന്ധമുറയുന്നു,
ക്ഷുദ്രഹൃദയങ്ങൾ ബലിക്കാക്ക കൊത്തുന്നു..
തലയറ്റ ചിന്തതൻ ചലനം നിലയ്ക്കുന്നു,
പുണ്ണിലും കണ്ണിലും ചലം ചീഞ്ഞു പറ്റുന്നു..
പാലകൾ പൂക്കുന്നു,
ഗുളികപ്പദങ്ങളിൽ ശമനതാളം അറഞ്ഞു തുള്ളുന്നു..
കലരുന്നു മദിരയിൽ, കലർത്തുന്നു,
കരളൂറ്റി മുന്തിരിച്ചാറുമൊരല്പം
ഗുരുതിത്തറയിലും കവിതയെത്തപ്പുന്നു,
ശവനാരു ചീന്തിയിട്ടിഴനെയ്തെടുക്കുന്നു.
കരുത്തോടെ താളം,
സദിരുകൾക്കെല്ലാം പെരും ചേതമത്രേ വാഴ്‌വെന്നതെന്നും
ഉരുകുന്നുമൂകം തുടിതാളം വെടിഞ്ഞീ,
മരുഭൂവിലെവിടെ കിനാക്കുമ്പു ചെത്താൻ...
മരുത്തിന്റെ കൈയ്യിൽ ചൊരുക്കോടെയേറാൻ,
ഒരു തുള്ളി നീരിൽ മദം പെയ്തുപാടാൻ..?
ഭരതവാക്യം

ഇതല്ലാതെന്തെഴുതാൻ
ഭരതവാക്യമായ്..
മുത്തച്ഛൻ പറയുന്നു;
പാടുന്നു:
ഇനിയുള്ള കാലം
ഗുണമില്ല ചാത്തു...

(കാലിക്കറ്റ് സർവ്വകലാശാല ഇന്റർസോൺ മത്സരത്തിൽ ഒന്നാം സ്ഥാനം നേടിയ കവിത)

സുധാകരന് സ്നേഹപൂർവം

ആർ. രാജശ്രീ

'ജീവിതം ഇങ്ങനൊന്നുമായാൽ പോരാ, കുറേക്കൂടി സംഭവബഹുലമാക്കണം. അതുകൊണ്ട് ഞാൻ കഥകളെഴുതാൻ തീരുമാനിച്ചു.'

പ്രിന്റെടുത്ത് ഉപയോഗശൂന്യമായ പേപ്പറിന്റെ മറുവശത്ത് കുനുകുനാ കുത്തിക്കുറിച്ചു കൊണ്ട് കെ.വി. സുധാകരൻ അതു പറയുമ്പോൾ അവനും കൂടി ചെയ്യേണ്ട ഒരു പണി ഇനി ഏല്പിക്കേണ്ടതില്ല എന്നു തന്നെയാണ് മനസ്സിൽ കരുതിയത്. ഇടവേളയ്ക്ക് ശേഷം സുധാകരൻ വീണ്ടും എഴുതിത്തുടങ്ങിയതിൽ ഏറെ സന്തോഷമായിരുന്നു. ഡിഗ്രിക്കാലത്ത് മത്സരങ്ങൾക്കായി എഴുതിയിരുന്നു ഞങ്ങളിരുവരും. സുധാകരൻ കവിതയിലും ഞാൻ കഥയിലുമായി അങ്ങിങ്ങ് പ്രത്യക്ഷപ്പെടുകയുമുണ്ടായി. പിന്നീട് ജീവിതത്തിന്റെ മുൻഗണനകൾ മാറിയപ്പോൾ അതൊക്കെ അരികിലായി, മന:പൂർവം മറന്നുകളഞ്ഞു. അല്ലെങ്കിൽ സന്തോഷ് മാനിച്ചേരി മലയാളം വാരികയിലെഴുതിയ സ്മരണയിൽ നിരീക്ഷിച്ചതു പോലെ എഴുത്തിനെപ്പറ്റി എഴുത്തുകൂട്ടത്തിൽ നിന്നു തന്നെ ഉയർന്നുവന്ന ആത്മവിമർശനത്തിന്റെ ഭാഗമായോ എഴുത്തിനെ പാർശ്വവൽക്കരിക്കുന്ന മട്ടിൽ അക്കാലത്തുണ്ടായ ചില പ്രവണതകളുടെ ഭാഗമായോ അത് ഉപേക്ഷിക്കപ്പെട്ടു. എന്നാലും ഉള്ളിലുണ്ടെങ്കിൽ എത്ര ചവിട്ടിയൊതുക്കിയാലും അത് മുളയിട്ടു വരുമെന്ന ഒരു പ്രതീക്ഷ നിലനിന്നിരുന്നു. നാല്പതുകളിലേക്ക് കടന്ന സുധാകരൻ പേനയുമായി കഥയിലേക്ക് കുനിഞ്ഞിരിക്കുന്നത് കണ്ടപ്പോൾ എനിക്ക് ചെറുതല്ലാത്ത ആഹ്ലാദം തോന്നിയത് അതുകൊണ്ടു കൂടിയാണ്.

നിങ്ങളൊക്കെ ഇനീം എഴുതണ്ടതാണ് കേട്ടാ എന്ന് അവൻ പറഞ്ഞതിന്റെ കൂടി ബലത്തിലാണ് വീണ്ടും കുത്തിക്കുറിക്കാനുള്ള തീരുമാനമെടുക്കുന്നത്. എഴുതിയത് അല്പം പോലും മടിക്കാതെ

സുധാകരൻ കാണിച്ചു തന്നിരുന്നു. എന്തെങ്കിലും മാറ്റങ്ങൾ നിർദ്ദേശിച്ചാൽ ചിലപ്പോൾ സ്വീകരിക്കും, അല്ലെങ്കിൽ അങ്ങനെ തന്നെയാണ് താൻ ഉദ്ദേശിച്ചതെന്ന് പറയും. എന്തായാലും എഴുതും, എഴുതുന്നത് പ്രസിദ്ധീകരിക്കുകയും ചെയ്യും എന്നൊരു വാശി സുധാകരനിൽ ഉണ്ടായിരുന്നു. മങ്ങിപ്പോയ ഒരു ഇടവേള മന:പൂർവം മറന്നു കൊണ്ട് അവൻ എഴുത്തിൽ മുഴുകി. കിട്ടുന്ന അവസരങ്ങളിലൊക്കെ കഥകളെക്കുറിച്ച് സംസാരിച്ചു. പത്രപ്രവർത്തന കാലത്തെ അനുഭവങ്ങൾ ഒന്നൊന്നായി ഓർത്തെടുത്തു. പുറത്തേക്ക് കണ്ണും മനസ്സും തുറന്നു വച്ചു. ആനുകാലികങ്ങളിൽ പ്രസിദ്ധീകരിച്ചു വരുന്ന കഥകൾ മിക്കവാറും കാണാനുള്ള പ്രേരണയുണ്ടാക്കിയത് സുധാകരന്റെ കൂട്ടാണ്. ഇതു പോലൊക്കെ നമുക്കും എഴുതിക്കൂടേ എന്ന് ഞാൻ ചോദിക്കുമ്പോൾ വേണ്ടാന്നു വച്ചാലും എഴുതാണ്ടിരിക്കാൻ പറ്റില്ലല്ലോ എന്ന് അവൻ ദാർശനികനായി.

ഏതു തിരക്കിലും അവൻ എഴുതിയ കഥ കിട്ടിയാൽ അതിന്റെ വായന പിന്നത്തേക്ക് മാറ്റി വച്ചിട്ടില്ല എന്നോർക്കുമ്പോൾ ഒരു കൃതാർത്ഥതയുണ്ട്. കടന്നപ്പാനി ഒരു പേജിൽ താഴെയുള്ള പാചകക്കുറിപ്പായാണ് സുധാകരൻ ആദ്യമെഴുതിയത്. അതുമായി ബന്ധപ്പെട്ടു പറഞ്ഞ എല്ലാ അഭിപ്രായങ്ങളും അവൻ സ്വീകരിച്ചിട്ടുണ്ട്. കഥകളിൽ മാസ്റ്റർ പീസ് അതാണെന്നു സുഹൃത്തുക്കൾ അഭിപ്രായപ്പെട്ടെന്ന് ഏറെ സന്തോഷത്തോടെ പിന്നീട് പറയുന്നത് കേട്ടിട്ടുണ്ട്.

സ്വന്തം ദേശം സുധാകരന്റെ രക്തമായിരുന്നു. ഏറെ ബുദ്ധിമുട്ടിയുള്ള യാത്രകൾ ഒഴിവാക്കാൻ ഉപദേശിക്കുന്നവരോട് അവൻ ഏളയാടിനെയും തിമിരിയെയും കുറിച്ച് വാചാലനാകും. കഥകളിലെല്ലാം ദേശം ഒളിഞ്ഞും തെളിഞ്ഞും നിന്നു. ചരിത്രവും രാഷ്ട്രീയവും ഇഴപിരിഞ്ഞു കിടന്നു. നാട്യങ്ങളില്ലാത്ത നാട്ടുഭാഷയിൽ ചിരിയും കാര്യവും കലർത്തി സുധാകരൻ കഥകൾ പറഞ്ഞു.

ശക്തമായ രാഷ്ട്രീയ നിലപാടുകളുണ്ടായിരുന്ന മനുഷ്യനായിരുന്നു സുധാകരൻ. പ്രയോഗ വാദത്തോളമെത്തുന്ന ചില നിലപാടുകളോട് സ്നേഹിച്ചു കൊണ്ടു തന്നെ വിയോജിച്ചിട്ടുണ്ട്. തർക്കിച്ചിട്ടുണ്ട്. സുധാകരനു പ്രിയപ്പെട്ട സുഹൃത്തുക്കളൊക്കെ അവനെ ഓർക്കുന്നത് ചില കലഹങ്ങളുടെ പേരിലായിരിക്കുമെന്ന് ഞങ്ങൾ കളിയായും കാര്യമായും പറയാറുണ്ട്. ദൗർബല്യങ്ങളുള്ള മനുഷ്യൻ തന്നെയായിരുന്നു. അതു മനസ്സിലാവുമെന്നുറപ്പുള്ള സൗഹൃദങ്ങളോട് മാത്രം അവനത് തുറന്നു സമ്മതിച്ചു. വീഴ്ചകൾ തിരിച്ചറിയാൻ കഴിഞ്ഞിരുന്നു, തിരുത്താൻ ശ്രമിച്ചിരുന്നു. മറ്റുള്ളവരുടെ സങ്കടങ്ങൾക്കു മുമ്പിൽ നിസ്സഹായതയോടെ നില്ക്കാനും പറ്റുമെങ്കിൽ വാക്കുകൾ കൊണ്ട്

അലിയിച്ച കളയാനുമുള്ള മനസ്സ് അവനുണ്ടായിരുന്നുവെന്നാണ് അനുഭവം.

ഈഗോകളുടെ രാജ്യഭാരത്തിനിടയിൽ മനുഷ്യത്വത്തിന്റെ ഭാഷ സംസാരിക്കാനറിയാവുന്ന അപൂർവം മനുഷ്യരിലൊരാളായാണ് സുധാകരനെ അടയാളപ്പെടുത്തേണ്ടത്.

പൂർത്തിയാക്കാത്ത ഗവേഷണപ്രബന്ധത്തിന്റെ കാര്യം എത്രയോ തവണ ഓർമ്മിപ്പിച്ചിട്ടുണ്ട്. ഡി.ടി.പി ഓപ്പറേറ്റർക്കും സുധാകരനുമിട യിൽ മൂന്ന് അദ്ധ്യായങ്ങളുമായി സഞ്ചരിച്ചതിന്റെ സ്വാതന്ത്ര്യത്തിൽ വഴക്ക് കൂടിയിട്ടുണ്ട്. യാത്രകളൊഴിഞ്ഞ് സ്വസ്ഥമായ ശേഷം എഫ്. ഐ.പി എടുത്ത് അത് പൂർത്തിയാക്കാമെന്നൊരു തീരുമാനമാണ് അവൻ എടുത്തത്. എഫ് ഐ പിക്കാലം സജീവ എഴുത്തുകാല മായിരിക്കുമെന്ന് പറഞ്ഞു. അങ്ങനെ സംഭവിച്ചിരുന്നെങ്കിൽ ഈ തലമുറയിലെ ഏറ്റവും ശ്രദ്ധേയനായ എഴുത്തുകാരനാവുമായിരുന്നു കെ.വി.സുധാകരൻ.

ബ്രണ്ണൻ കോളേജ് മാഗസിൻ വിവാദത്തിലകപ്പെട്ട ജൂണിൽ ഏറെ അസ്വസ്ഥനായിരുന്നു സുധാകരൻ. പുറമേ കാണിച്ചിരുന്നില്ലെ ങ്കിലും കോളേജിലേക്കും തിരിച്ചും ഒന്നിച്ചുള്ള യാത്രകളിൽ അവനത് പങ്കുവെച്ചിട്ടുണ്ട്. സ്റ്റാഫ് എഡിറ്ററുടെ പദവി അത്ര സുഖകരമൊന്നു മല്ല എന്നറിഞ്ഞു കൊണ്ടു തന്നെയാണ് വർഷങ്ങളായി തുടർന്നത്. നിരവധി പുരസ്കാരങ്ങൾ തേടിയെത്തുന്നതിൽ അഭിമാനിച്ചിരുന്നെ ങ്കിലും അതുമായി ബന്ധപ്പെട്ട സമ്മർദ്ദങ്ങൾ ഒട്ടും കുറവായിരുന്നില്ല.

കാസറഗോഡ് ഗവ. കോളേജിൽ എം.എ റഹ്മാൻ മാഷെ ആദരി ക്കുന്ന ചടങ്ങിൽ മുഖ്യപ്രാസംഗികനായെത്തിയത് സുധാകരനാണ്. ഒരു മണിക്കൂർ നീണ്ട പ്രസംഗത്തിൽ ഒരു പത്രപ്രവർത്തകന്റെ വിശകലന പാടവവും സാമൂഹ്യപ്രവർത്തകന്റെ സമർപ്പണബുദ്ധി യും പ്രതിഫലിച്ചിരുന്നു. ഇങ്ങനെയൊരാളാണ് അദ്ധ്യാപകനായി വരേണ്ടത് എന്ന് പ്രസംഗം കേട്ട അദ്ധ്യാപകരിൽ ചിലർ പറഞ്ഞെ ന്ന് പറഞ്ഞപ്പോൾ ഇതൊരാശിസ്സല്ല, വരം തന്നെ എന്ന് സന്തോഷം മറച്ചുവയ്ക്കാതെ നിന്ന സുധാകരൻ മനസ്സിലുണ്ട്.

വണ്ടി കഷ്ടിച്ച് ഉരുട്ടാനറിയാവുന്ന എന്റെ ഡ്രൈവിംഗ് ക്ഷമയോടെ സഹിച്ച് കോ ഡ്രൈവർ സീറ്റിലിരിക്കുമായിരുന്നു സുധാകരൻ. പലപ്പോഴും ഡ്രൈവിംഗ് ഏറ്റെടുത്തും റോഡിൽ അവന വനിസം നടപ്പിലാക്കുന്നവരെ ശകാരിച്ചും ചെറിയ പുരോഗതികൾക്കു പോലും പുകഴ്ത്തിയും അവൻ അദ്ധ്യാപകനായി. തയ്യാറെടുപ്പില്ലാതെ ഒരു ക്ലാസ്സിലും പോകുന്നത് കണ്ടിട്ടില്ല. പുസ്തകങ്ങൾ വായിച്ച് കുറിപ്പെ ടുത്ത് മാത്രമേ പോവുകയുള്ളൂ. തിരക്കുകൾക്കിടയിൽ ഞങ്ങൾ പലരും

വേണ്ടെന്ന വയ്ക്കുന്ന ആ ആർഭാടം അവൻ ഒഴിവാക്കിയിരുന്നേയില്ല. ആ കരുതൽ എവിടെയുമുണ്ടായിരുന്നു. റോഡ് മുറിച്ചു കടക്കുന്നത് സീബ്രയിലൂടെ മാത്രം. കൂടെയുള്ളതാരാണെങ്കിലും കൈ പിടിച്ച് റോഡ് കടത്തിവിടും. പക്ഷേ 2017 ആഗസ്റ്റ് 15 ന് അവൻ മുറിച്ചുകടന്ന റോഡ് ഞങ്ങളിൽ ഒരിക്കലും അവസാനിക്കുന്നില്ല.

കണ്ണൂർ സർവകലാശാലയുടെ പി ജി മൂല്യനിർണയ ക്യാമ്പിൽ വച്ചാണ് സുധാകരൻ പിരിഞ്ഞത്. ജോലി നേരത്തേ തീർന്നിട്ടും അവിടവിടെ ചുറ്റിത്തിരിഞ്ഞു നിന്നു. ക്യാമ്പ് അവസാനിപ്പിക്കയാണ്, കോളേജിൽ പോയി റിലീവിംഗ് ഓർഡർ വാങ്ങണം എന്നു പറഞ്ഞു. റിഫ്രഷർ കോഴ്സിന് കോഴിക്കോട് യൂണിവേഴ്സിറ്റിയിലേക്ക് പോവുകയാണ്. ദിവസവും പോയി വരാനാണ് തീരുമാനം. അടുത്തിടെ താമസം മാറിയ കണ്ണൂരിലെ ഫ്ലാറ്റിലേക്ക് ഞങ്ങളെ വിളിക്കുന്നില്ലേ എന്ന് ചോദിച്ചപ്പോൾ ചമ്മിയ ചിരിയായിരുന്നു മറുപടി. കാര്യമായി സൽക്കരിക്കാം, ഞാൻ പോയി വരട്ടെ എന്നു പറഞ്ഞു. രണ്ടടി മുന്നോട്ടു നടന്ന് തിരിഞ്ഞു നിന്നു കൈ വീശി, ഞാൻ റിഫ്രഷായി വരാം എന്നു പറഞ്ഞു നടന്നു മറഞ്ഞു.

ആഗസ്റ്റ് പതിനഞ്ചിന് ഉച്ചയ്ക്ക് രാജശ്രീ, ഒരു ദുഃഖവാർത്തയുണ്ട്, കെ.വി സുധാകരൻ മരിച്ചു എന്ന് വീർപ്പടക്കി പൊട്ടിപ്പോകുന്ന സ്വരത്തിൽ പറഞ്ഞ പ്രിയ സുഹൃത്തിന്റെ ഫോണിന്റെ ഇങ്ങേത്തലയ്ക്കൽ ലോകം നിശ്ചലമായി. വിവരമറിയാൻ വിളിച്ചവരൊക്കെ കരച്ചിലിൽ മുങ്ങിത്താണു കൊണ്ടിരുന്നു. പിറ്റേന്ന് ബ്രണ്ണനിൽ നിശ്ചേഷ്ടനായി കണ്ടത് അവനെയാണ് എന്ന് വിശ്വസിക്കാൻ ദിവസങ്ങളെടുത്തു. തളിപ്പറമ്പ് കോ ഓപ്പറേറ്റീവ് ഹോസ്പിറ്റലിന്റെ മോർച്ചറിയിൽ നമ്മളെല്ലാരുമുള്ളപ്പോൾ അവൻ ഒറ്റയ്ക്കാവുന്നതെങ്ങനെ എന്ന് വൈകിയ രാത്രിയിലും വിളിച്ച് സുഹൃത്തുക്കളോട് പുലമ്പി. എന്തൊരു പോക്കാണ് അയാൾ പോയത് എന്ന് ദേഷ്യപ്പെട്ട കൂട്ടുകാരോട് ഐക്യപ്പെട്ടു.

ഹാജർ പട്ടികയിൽ എന്റെ പേരിന് തൊട്ടുതാഴെ കെ.വി. സുധാകരൻ റിഫ്രഷർ കോഴ്സിന് പോയതായി രേഖപ്പെടുത്തിയിരിക്കുന്നു. ബ്രണ്ണന്റെ മലയാളം ഡിപ്പാർട്ട്മെന്റിൽ അവന്റെ ഏറ്റവും ജീവസ്സുറ്റ ചിത്രം അമർത്തിയ ചിരിയുമായി ഭിത്തിയിൽ പതിഞ്ഞിരിക്കുന്നു. താളം വീണ്ടെടുക്കാൻ ശ്രമിക്കുന്ന ഞങ്ങൾ ഓരോ ചിരിക്ക് ശേഷവും അങ്ങോട്ട് നോക്കിപ്പോകുന്നു. ആണിനും പെണ്ണിനുമിടയ്ക്ക് അപ്പാർത്തീഡ് വരാനിടയുള്ളൊരു കാലത്ത് മനോഹരമായ ഒരു സൗഹൃദം അവസാനിപ്പിച്ച് കഥകൾ ബാക്കിയാക്കി കടന്നു പോയ ചങ്ങാതീ, ഇത് നിനക്കായുള്ള കുറിപ്പാണ്, ചിരിയോടെ കൈപ്പറ്റുക.

●